AF005279

Impressum
Verlag: BABADADA GmbH, Nedderfeld 112 , 22529 Hamburg
Geschäftsführer / Verlagsleitung: Harald Hof
Druck: Books on Demand GmbH, In de Tarpen 42, 22848 Norderstedt

Imprint
Publisher: BABADADA GmbH, Nedderfeld 112 , 22529 Hamburg, Germany
Managing Director / Publishing direction: Harald Hof
Print: Books on Demand GmbH, In de Tarpen 42, 22848 Norderstedt, Germany

Schule

ትምህርት ቤት

Klassenzimmer
መማሪያ ክፍል

dividieren
ማካፈል

186/2

Tafel
ሰሌዳ

Schulhof
የትምህርት ቤት ቅጥር ግቢ

Lehrer
መምህር

Papier
ወረቀት

schreiben
መፃፍ

Stift
እስክሪብቶ

Schreibtisch
መፃፊያ ጠረጴዛ

Lineal
ማስመሪያ

Buch
መጽሐፍ

Schüler
ተማሪ

Schultasche
የጀርባ ቦርሳ

Federmappe
የእርሳስ መያዣ

Bleistift
እርሳስ

Bleistiftspitzer
የእርሳስ መቅረጫ

Radierer
ላጲስ

Zeichenblock
የስዕል ደብተር

Zeichnung

ስዕል

Pinsel

የቀለም ብሩሽ

Malkasten

የቀለም ሳጥን

Schere

መቀስ

Klebstoff

ማጣበቂያ

Übungsheft

መልመጃ ደብተር

Hausübung

የቤት ስራ

Zahl

ቁጥር

addieren

መደመር

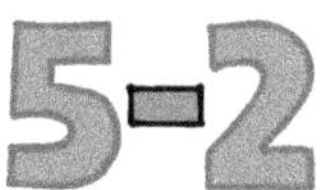

subtrahieren

መቀነስ

multiplizieren

ማባዛት

rechnen

ቁጥሮችን ማስላት

Buchstabe

ደብዳቤ

Alphabet

ፊደላት

Wort

ቃል

Text

....

ፅሑፍ

lesen

....

ማንበብ

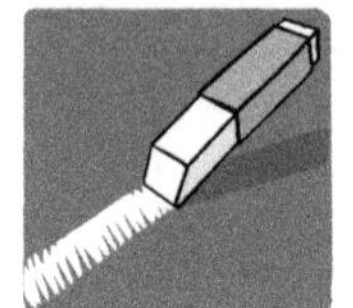

Kreide

....

ጠመኔ

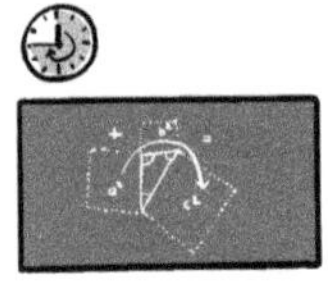

Unterrichtsstunde

....

ትምህርት

Klassenbuch

....

ምዝገባ

Prüfung

....

ፈተና

Zeugnis

....

ሰርተፊኬት

Schuluniform

....

የትምህርት ቤት የደንብ ልብስ

Ausbildung

....

ትምህርት

Lexikon

....

አዉደ ጥበብ

Universität

....

ዩኒቨርስቲ

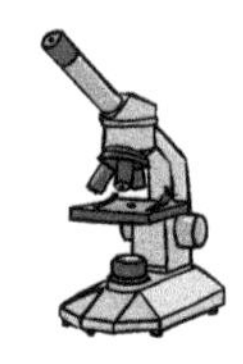

Mikroskop

....

የምርምር አጉሊ መሳርያ

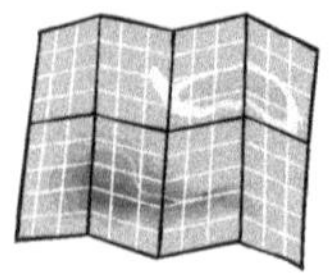

Karte

....

ካርታ

Papierkorb

....

የቆሻሻ ወረቀት መጣያ ቅርጫት

Reise

ጉዞ

Grand
Hotel
ሆቴል
Herberge
ማረፊያ ቤት
ROOMS
Wechselstube
የዉጭ ገንዘብ ምንዛሪ ቢሮ
CHANGE
Koffer
ልብስ መያዣ ሻንጣ
Auto
መኪና

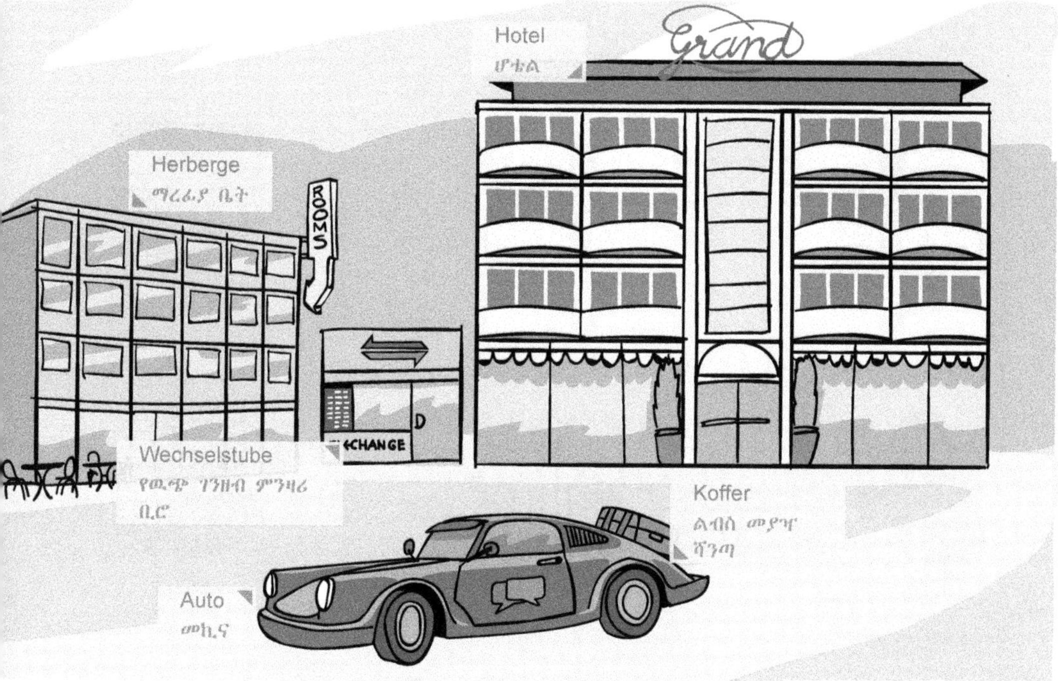

Sprache

ቋንቋ

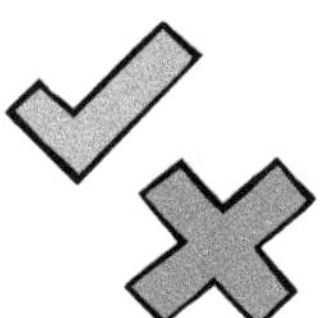

ja / nein

አዎ/ አይደለም

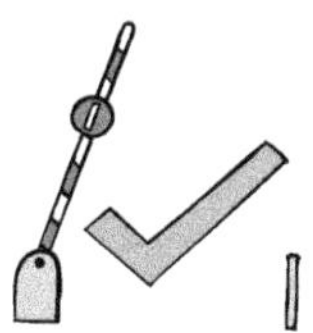

Okay

እሺ

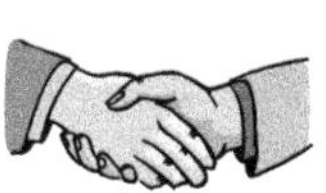

Hallo

ሰላም

Dolmetscherin

አስተርጓሚ

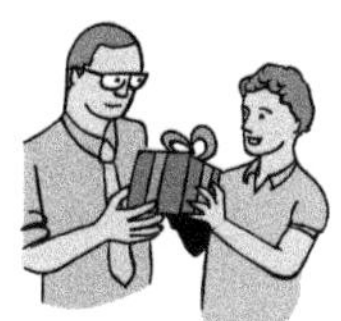

Danke

አመሰግናለሁ

Wie viel kostet …?

ስንት ነዉ…….?

Ich verstehe nicht.

አልገባኝም

Problem

እክል

Guten Abend!

እንደምን አመሹ!

Guten Morgen!

እንደምን አደሩ!

Gute Nacht!

መልካም ምሽት!

Auf Wiederschaun!

ደህና ይሰንብቱ

Richtung

አቅጣጫ

Gepäck

ሻንጣ

Tasche

ቦርሳ

Rucksack

የጀርባ ቦርሳ

Gast

እንግዳ

Zimmer

ክፍል

Schlafsack

የመተኛ ቦርሳ

Zelt

ድንኳን

Touristeninformation

የጎብኚዎች መረጃ

Strand

የባህር ዳርቻ

Kreditkarte

ክሬዲት ካርድ

Frühstück

ቁርስ

Mittagessen

ምሳ

Abendessen

እራት

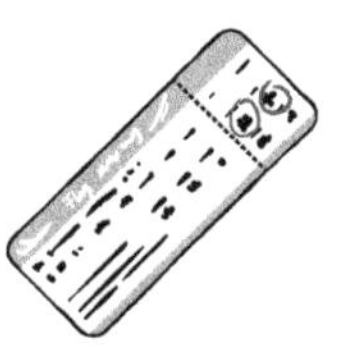

Fahrkarte

ቲኬት

Lift

አሳንሰር

Briefmarke

ማህተም

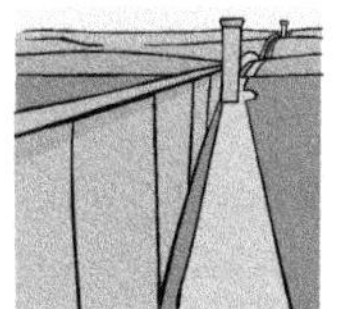

Grenze

ድንበር

Zoll

ባህሎች

Botschaft

ኤምባሲ

Visum

ቪዛ/የይለፍ ወረቀት

Pass

ፓስፖርት

Transport

መጓጓዣ

Flugzeug
አዉሮፕላን

Schiff
መርከብ

Feuerwehrauto
የእሳት አደጋ መኪና

Bus
አዉቶብስ

Lastwagen
የጭነት መኪና

Motorboot
የሞተር ጀልባ

Fahrrad
ብስክሌት

Auto
መኪና

Fähre
የማመላለሻ ጀልባ

Boot
ጀልባ

Motorrad
የሞተር ብስክሌት

Polizeiauto
የፖሊስ መኪና

Rennauto
የዉድድር መኪና

Mietwagen
የኪራይ መኪና

Carsharing

የመኪና መጋራት

Abschleppwagen

ጎታች መኪና

Müllwagen

የቆሻሻ ጭነት መኪና

Motor

ሞተር

Kraftstoff

ነዳጅ

Tankstelle

የቤንዚን ማደያ

Verkehrsschild

የመንገድ ምልክት

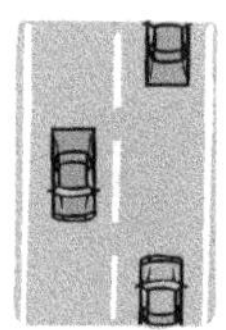

Verkehr

የመኪኖች እንቅስቃሴ

Stau

የመኪና መጨናነቅ

Parkplatz

የመኪና ማቆሚያ

Bahnhof

የባቡር ጣቢያ

Schienen

የባቡር ሀዲዶች

Zug

ባቡር

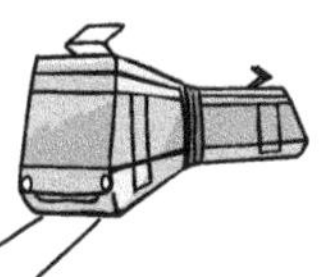

Straßenbahn

የኤሌክትሪክ ባቡር

Wagon

ሰረገላ

Hubschrauber

ሄሊኮፕተር

Flughafen

አየር ማረፊያ

Tower

ማማ

Passagier

መንገደኛ

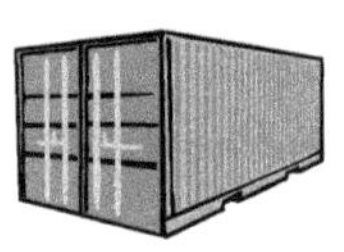

Container

ማስቀመጫ፤ ማጠራቀሚያ

Karton

ካርቶን እቃ ማሸጊያ

Rollwagen

ጋሪ፤ ተሳቢ

Korb

ቅርጫት

starten / landen

መነሳት/ ማረፍ

Stadt

ከተማ

Dorf

መንደር

Stadtzentrum

የከተማ ማዕከል

Haus

ቤት

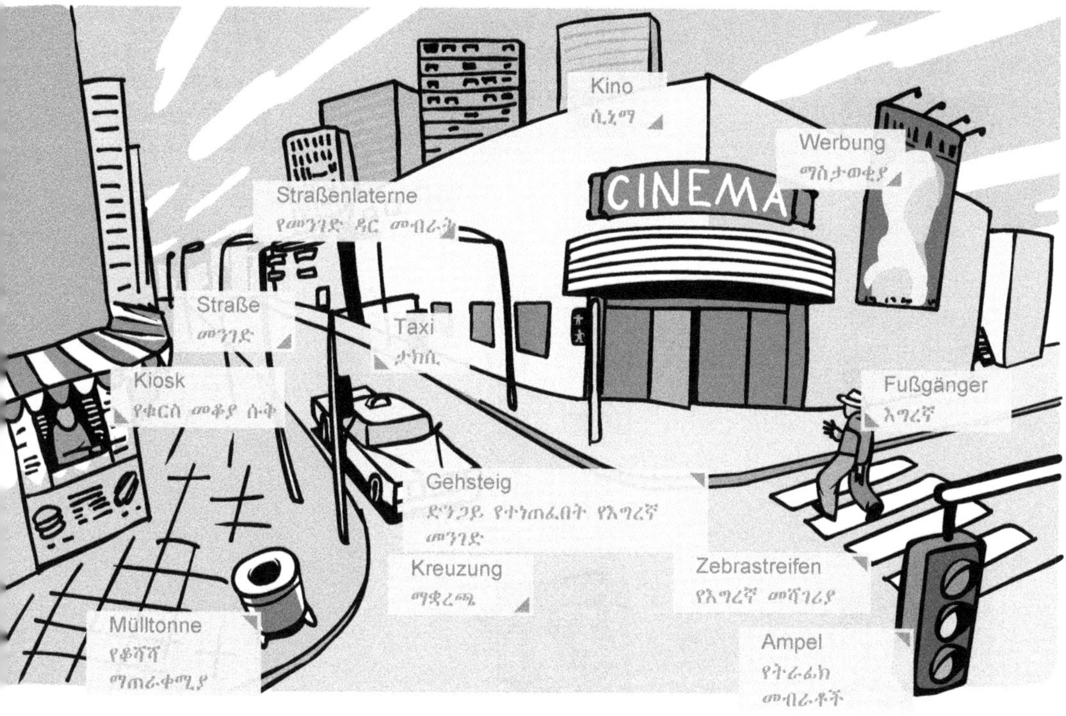

CINEMA

Kino
ሲኒማ

Werbung
ማስታወቂያ

Straßenlaterne
የመንገድ ዳር መብራት

Straße
መንገድ

Taxi
ታክሲ

Kiosk
የቁርስ መቆያ ሱቅ

Fußgänger
እግረኛ

Gehsteig
ድንጋይ የተነጠፈበት የእግረኛ መንገድ

Kreuzung
ማቋረጫ

Zebrastreifen
የእግረኛ መሻገሪያ

Mülltonne
የቆሻሻ ማጠራቀሚያ

Ampel
የትራፊክ መብራቶች

Hütte
....
ጎጆ

Wohnung
....
አፓርታማ

Bahnhof
....
የባቡር ጣቢያ

Rathaus
....
የከተማ አዳራሽ

Museum
....
ቤተ መዘክር

Schule
....
ትምህርት ቤት

Universität

ዩኒቨርስቲ

Bank

ባንክ

Spital

ሆስፒታል

Hotel

ሆቴል

Apotheke

መድሓኒት ቤት

Büro

ቢሮ

Buchhandlung

መፅሐፍ መሸጫ

Geschäft

ሱቅ

Blumenladen

የአበባ መሸጫ

Supermarkt

የሸቀጣ ሸቀጥ መደብር

Markt

ገበያ ስፍራ

Kaufhaus

መደብር

Fischhändler

የዓሳ ነጋዴ

Einkaufszentrum

የገበያ ማዕከል

Hafen

ወደብ

Park

....

መናፈሻ ቦታ

Bank

....

አግዳሚ ወንበር

Brücke

....

ድልድይ

Stiege

....

ደረጃዎች

U-Bahn

....

ዉስጥ ለዉስጥ

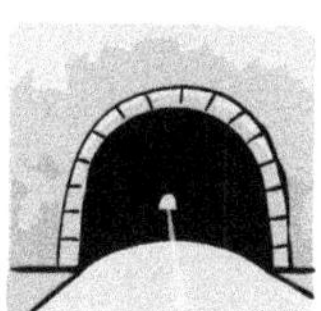

Tunnel

....

ዋሻ

Bushaltestelle

....

የአዉቶቡስ ፌርማታ

Bar

....

ባር

Restaurant

....

ምግብ ቤት

Briefkasten

....

የፖስታ ሳጥን

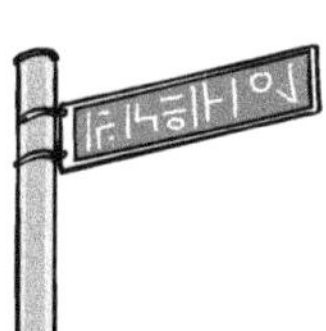

Straßenschild

....

የመንገድ ምልክት

Parkuhr

....

የመኪና ማቆሚያ ሒሳብ የሚያሰላ ማሽን

Zoo

....

የደር እንስሳት ማቆያ

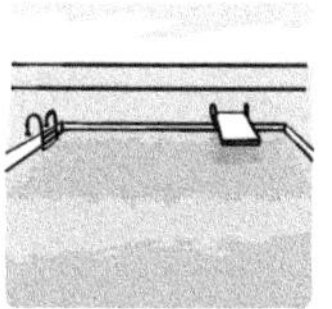

Badeanstalt

....

የመዋኛ ገንዳ

Moschee

....

መስጊድ

Bauernhof

እርሻ

Umweltverschmutzung

የሚበክል ነገር

Friedhof

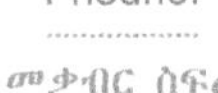

መቃብር ስፍራ

Kirche

ቤተ ክርስቲያን

Spielplatz

መጫወቻ ሜዳ

Tempel

ቤተ መቅደስ

Landschaft

መልክዓምድር

Blatt
ቅጠል

Wegweiser
የመንገድ ላይ ምልክት

Weg
መንገድ

Wiese
አረንጓዴ መስክ

Stein
ድንጋይ

Baum
ዛፍ

Wanderer
በእግሩ የሚጓዝ

Fluss
ወንዝ

Gras
ሳር

Blume
አበባ

Tal

ሸለቆ

Hügel

ኮረብታ

See

ሀይቅ

Wald

ጫካ

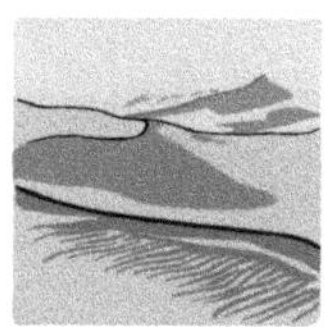

Wüste

በረሃ

Vulkan

እሳተ ገሞራ

Schloss

ግምብ

Regenbogen

ቀስተ ዳመና

Pilz

እንጉዳይ

Palme

የቴምብር ዛፍ/ ዘንባባ

Moskito

ቢንቢ/ የወባ ትንኝ

Fliege

በራሪ

Ameise

ጉንዳን

Biene

ንብ

Spinne

ሸረሪት

Käfer

ጢንዚዛ

Frosch

እንቁራሪት

Eichhörnchen

ሽኮኮ

Igel

ጃርት

Hase

ጥንቸል

Eule

ጉጉት ወፍ

Vogel

ወፍ

Schwan

የውሃ ዳክዬ

Wildschwein

ከርከሮ

Hirsch

አጋዘን

Elch

አጋዘን

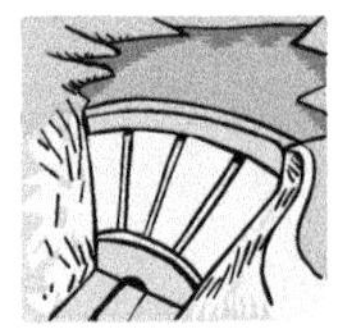

Staudamm

ግድብ

Windrad

በነፋስ የሚሽከረከር

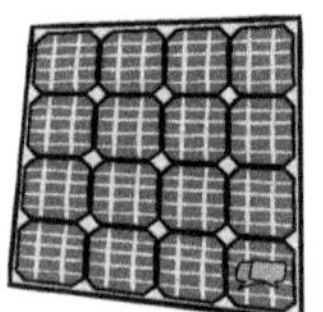

Solarmodul

የፀሀይ ፓኔሎ

Klima

አየር ንብረት

Restaurant

ምግብ ቤት

Kellner
እስተናጋጅ

Speisekarte
ማዉጫ

Sessel
ወንበር

Suppe
ሾርባ

Pizza
ፒዛ

Besteck
መክተፊያ

Tischdecke
የጠረጴዛ ጨርቅ

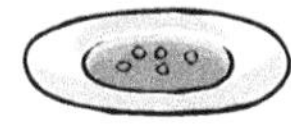

Vorspeise
....
የምግብ ፍላጎትን የሚከፍት ምግብ

Hauptgericht
....
ዋና ምግብ

Nachspeise
....
ማጣጣሚያ ተከታይ ምግብ

Getränke
....
መጠጦች

Essen
....
ምግብ

Flasche
....
ጠርሙስ

Fastfood

ፈጣን ምግብ

Streetfood

የመንገድ ምግብ

Teekanne

የሻይ ማንቆርቆሪያ

Zuckerdose

የስኳር እቃ

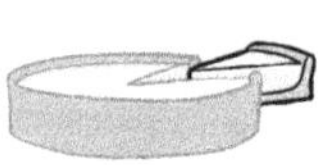

Portion

ድርሻ

Espressomaschine

የቡና ማፈያ ማሽን

Kinderstuhl

ባለጌ ወንበር

Rechnung

የክፍያ ደረሰኝ

Tablett

ትሪ

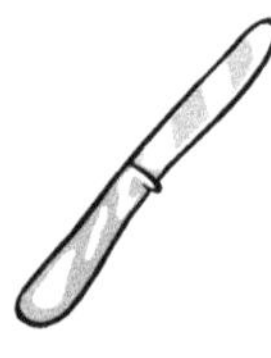

Messer

ቢላዋ

Gabel

ሹካ

Löffel

ማንኪያ

Teelöffel

የሻይ ማንኪያ

Serviette

ልብስ ምግብ እንዳይነካ የሚረዳ ጨርቅ

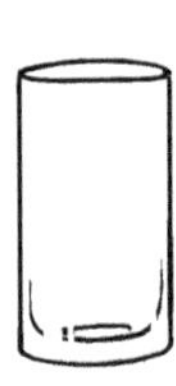

Glas

ብርጭቆ

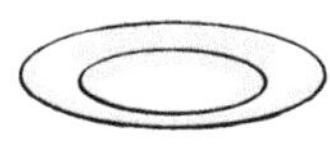

Teller

ዝርግ ሰሀን

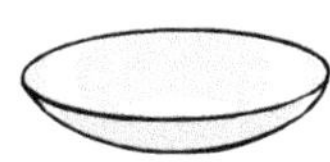

Suppenteller

የሾርባ ጎድጓዳ ሰሀን

Untertasse

የስኒ ማስቀመጫ

Sauce

ማጣፈጫ ስጎ

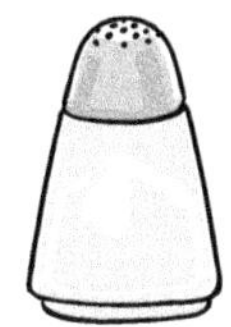

Salzstreuer

የጨዉ እቃ

Pfeffermühle

የተፈጨ ቃሪያ

Essig

ኮምጣጤ

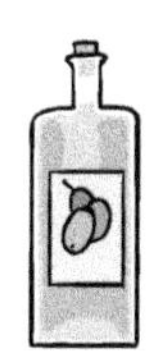

Öl

የምግብ ዘይት

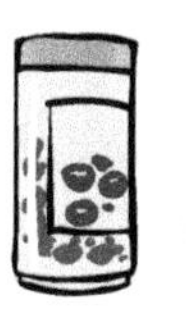

Gewürze

ቀመማ ቅመሞች

Ketchup

የቲማቲም ድልህ

Senf

ሰናፍጭ

Mayonnaise

ማዮኒዝ

Supermarkt

የሸቀጣ ሸቀጥ መደብር

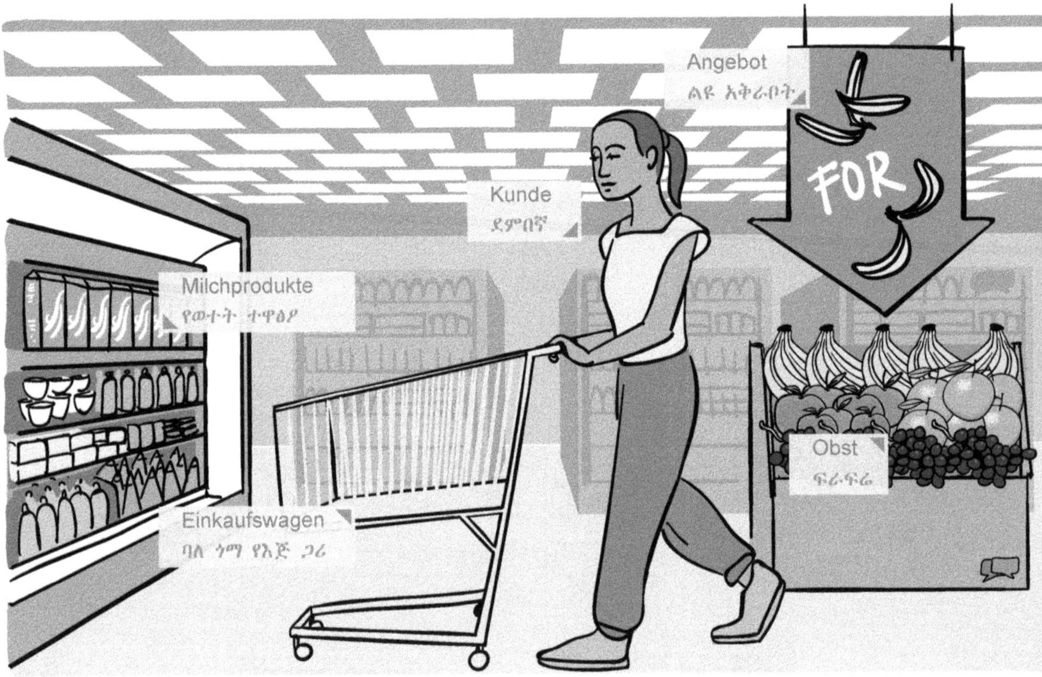

Angebot
ልዩ አቅራቦት
FOR
Kunde
ደምበኛ
Milchprodukte
የወተት ተዋፅዖ
Obst
ፍራፍሬ
Einkaufswagen
ባለ ጎማ የእጅ ጋሪ

BUTCHERS

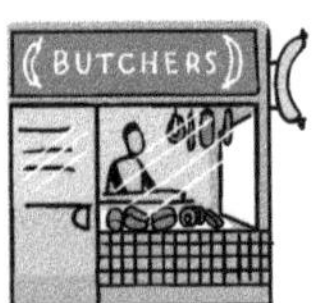

Schlachterei

ሉካንዳ ነጋዴ

BAKERY

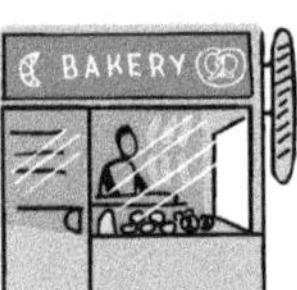

Bäckerei

መጋገርያ

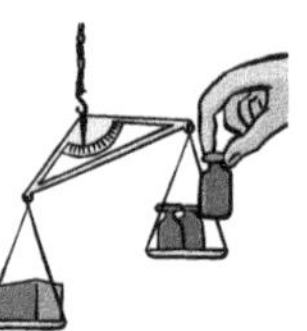

wiegen

ክብደት መመዘን

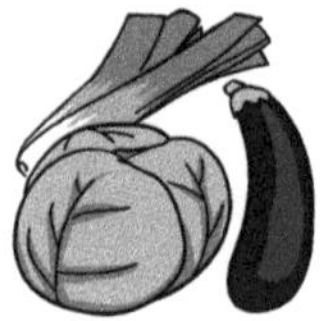

Gemüse

ቅጠላ ቅጠል አትክልት

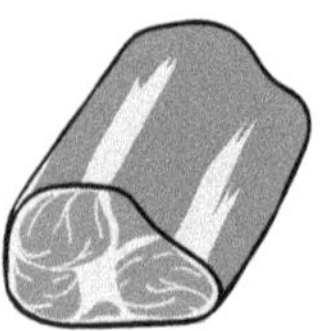

Fleisch

ስጋ

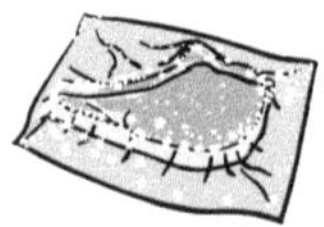

Tiefkühlkost

የቀዘቀዘ/የረጋ ምግብ

Aufschnitt

ቀዝቃዛ ቁራጭ

Konserven

የታሸገ ምግብ

Waschmittel

የማጠቢያ ዱቄት

Süßigkeiten

ጣፋጮች

Haushaltsartikel

የቤት ዉስጥ ዉጤቶች

Reinigungsmittel

የፅዳት ምርቶች

Verkäuferin

የሽያጭ ባለሙያ

Kassa

የገንዘብ መመዝቢያ ማሽን

Kassiererin

የሒሳብ ሰራተኛ

Einkaufsliste

የግዢ ዝርዝር

Öffnungszeiten

ክፍት ሰዓታት

Brieftasche

የኪስ ቦርሳ

Kreditkarte

ክሬዲት ካርድ

Tasche

ቦርሳ

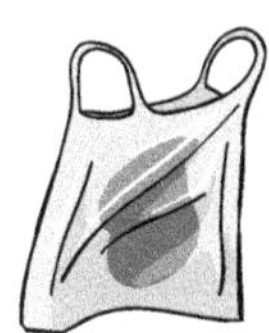

Plastiktüte

የፕላስቲክ ቦርሳ

Getränke

መጠጦች

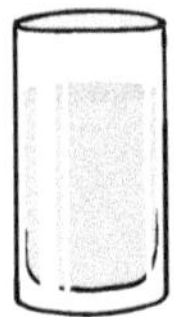

Wasser

ዉሃ

Saft

ጭማቂ

Milch

ወተት

Cola

ኮካ-ኮላ

Wein

ወይን

Bier

ቢራ

Alkohol

አልኮል

Kakao

ኮካ

Tee

ሻይ

Kaffee

ቡና

Espresso

የተፈላ ቡና

Cappuccino

ካፕቺኖ

Essen

ምግብ

Banane

ሙዝ

Apfel

ፖም

Orange

ብርቱካን

Melone

ሀብሀብ

Zitrone

ሎሚ

Karotte

ካሮት

Knoblauch

ነጭ ሽንኩርት

Bambus

ሽምበቆ

Zwiebel

ቀይ ሽንኩርት

Pilz

እንጉዳይ

Nüsse

ለዉዝ

Nudeln

የህፃናት ምግብ

Spaghetti

ፓስታ

Reis

ሩዝ

Salat

ሰላጣ

Pommes frites

የድንች ጥብስ

Bratkartoffeln

ድንች ጥብስ

Pizza

ፒዛ

Hamburger

ዳቦ ዉስጥ በሰሱ ተጠብሶ የገባ ስጋ

Sandwich

ሳንድዊች

Schnitzel

ጥሬ ስጋ

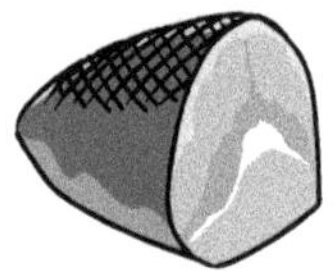

Schinken

የአሳማ ስጋ

Salami

በቅመምና በጨዉ የታሸ ምግብ ቀዝቅዞ የሚበላ ሾርባ ምግብ

Wurst

ቋሊማ

Huhn

ዶሮ

Braten

ጥብስ

Fisch

አሳ

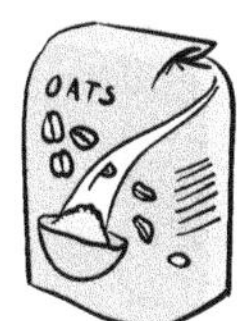

Haferflocken

የአጃ ገንፎ

Müsli

ከወተት ጋር ተደባልቀው የሚበሉ ምግቦች

Cornflakes

የበቆሎ ቅርፊት

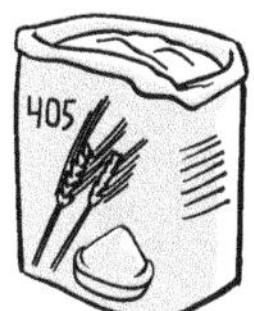

Mehl

ዱቄት

Croissant

ኩራሳ

Semmel

ድብልብል ዳቦ

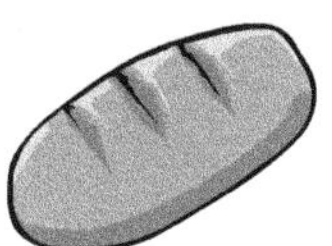

Brot

ዳቦ

Toast

መጥበስ

Kekse

ብስኩት

Butter

ቅቤ

Topfen

እርጎ

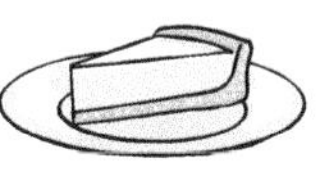

Kuchen

ኬክ

Ei

እንቁላል

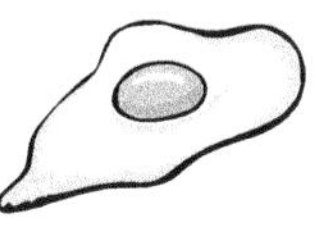

Spiegelei

እንቁላል ጥብስ

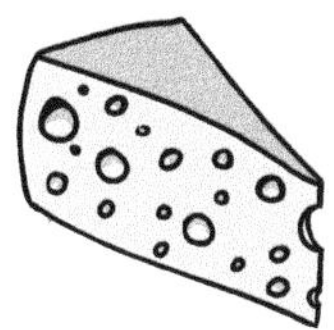

Käse

አይብ

Eiscreme

የበረዶ ክሬም

Zucker

ስኳር

Honig

ማር

Marmelade

ማርማላት

Schokoladenaufstrich

የተናጠ የወተት ክሬም

Curry

ማጣፈጫ

Bauernhaus
የገበሬ ቤት

Scheune
የእህልና የከብት ማቀመጫ ቤት

Strohballen
የጭድ ክምር

Feld
ሜዳ

Pferd
ፈረስ

Anhänger
ተሳቢ መኪና

Traktor
የእርሻ መኪና

Fohlen
የፈረስ ዉርንጭላ

Esel
አህያ

Schaf
በግ

Lamm
የበግ ጠቦት

Ziege

ፍየል

Kuh

ላም

Kalb

ጥጃ

Schwein

አሳማ

Ferkel

ግልገል አሳማ

Stier

ኮርማ

Gans

ዝይ

Ente

ዳክዬ

Küken

የዶሮ ጫጩት

Huhn

ዶሮ

Hahn

አውራ ዶሮ

Ratte

አይጥ

Katze

ደድመት

Maus

አይጥ

Ochse

በሬ

Hund

ውሻ

Hundehütte

የውሻ ቤት

Gartenschlauch

የአትክልት ቦታ

Gießkanne

ውሃ ማጠጫ ባልዲ

Sense

ረጅም ማጭድ

Pflug

ማረሻ

Sichel

ማጭድ

Hacke

መኮትኮቻ

Mistgabel

የእህል መንሽ

Axt

መጥረቢያ

Schubkarre

ኩርኩር/ የእጅ ጋሪ

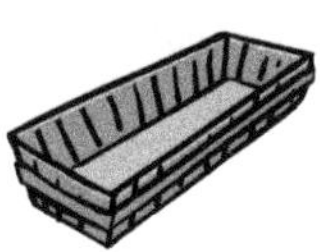

Trog

ገንዳ

Milchkanne

የወተት ዕቃ

Sack

ጆንያ ከረጢት

Zaun

አጥር

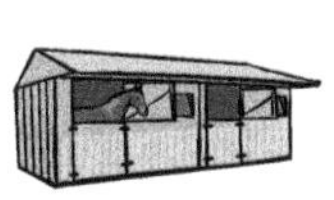

Stall

የፈረስ ጋጣ

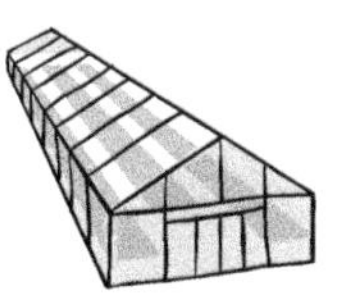

Treibhaus

ዕፅዋት ማሳደጊያ የመስታዉት
ቤት

Boden

አፈር

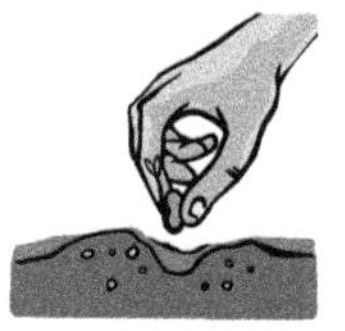

Saat

ዘር

Dünger

የመሬት ማዳበሪያ

Mähdrescher

ጥምር ማረሻ

ernten

አዝመራ መሰብሰብ

Ernte

አዝመራ

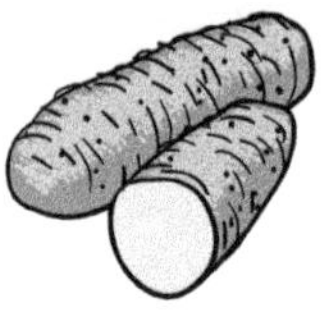

Yamswurzel

ድንች

Weizen

ስንዴ

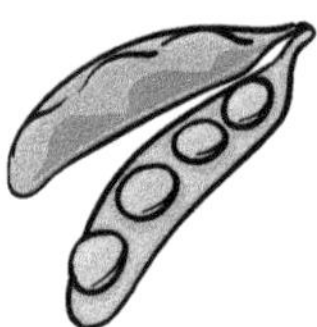

Soja

ሶያ

Erdapfel

ድንች

Mais

በቆሎ

Raps

የከብት መኖ

Obstbaum

የፍሬ ዛፍ

Maniok

የካሳቫ ዛፍ

Getreide

እህል

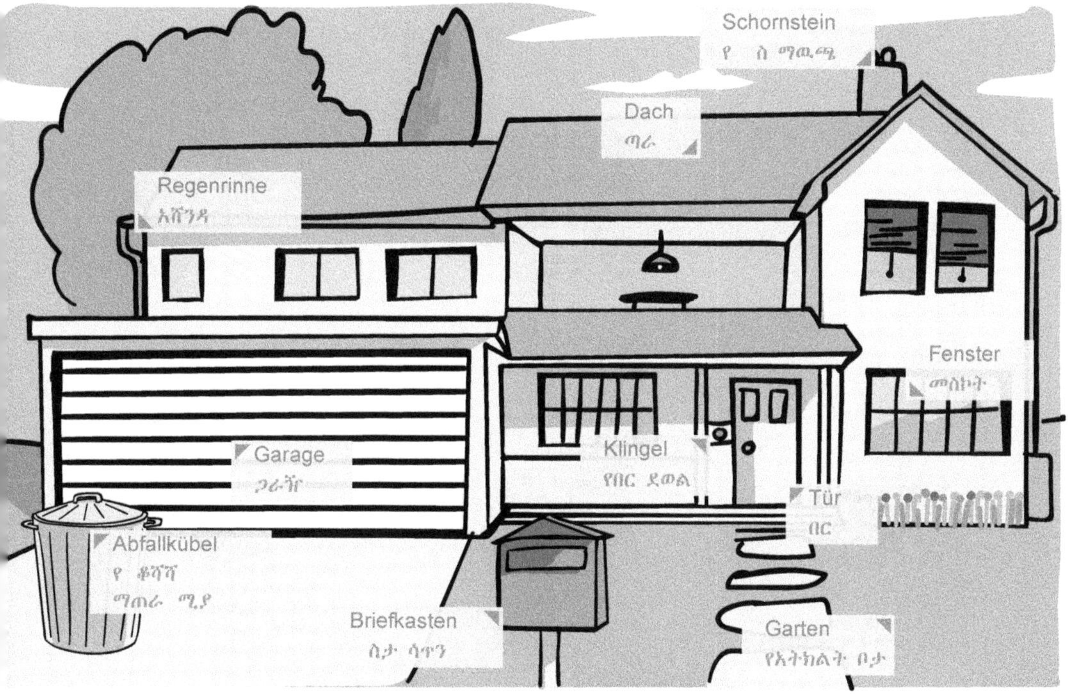

Haus

ት

Schornstein
የ ስ ማጨሻ

Dach
ጣራ

Regenrinne
አሸንዳ

Fenster
መስኮት

Garage
ጋራዥ

Klingel
የበር ደወል

Tür
በር

Abfallkübel
የ ቆሻሻ
ማጠራ ሚያ

Briefkasten
ስታ ሳጥን

Garten
የአትክልት ቦታ

Wohnzimmer

ሳሎን

Badezimmer

መታጠቢያ ቤት

Küche

ማድቤት

Schlafzimmer

መኝታ ቤት

Kinderzimmer

የልጅ ክፍል

Esszimmer

መመገቢያ ክፍል

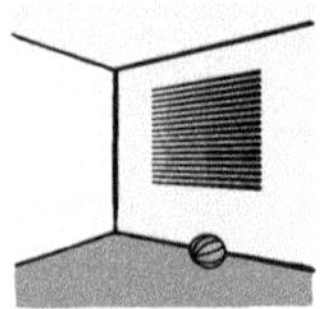

Boden

ወለል

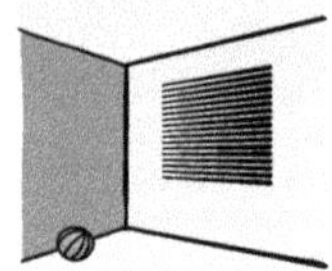

Wand

ግድግዳ

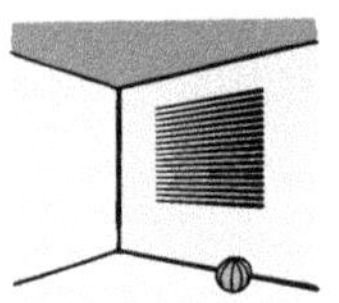

Decke

ጣሪያ

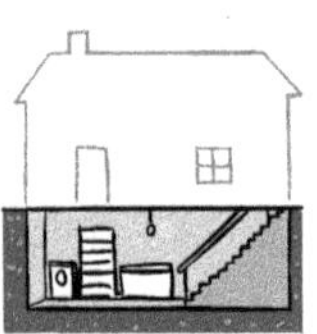

Keller

ምድር ቤት

Sauna

በእንፋሎት ሙቀት መታጠቢያ ቤት

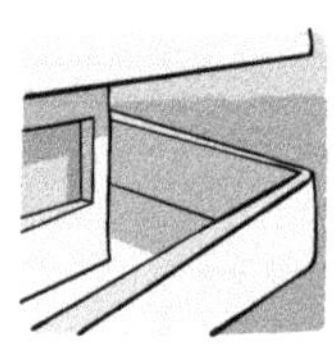

Balkon

ሰገነት

Terrasse

ከፍ ያለ መደብ

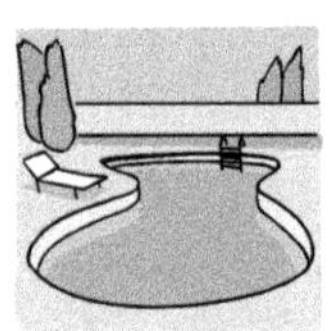

Schwimmbad

የመዋኛ ገንዳ

Rasenmäher

የማጨጃ መኪና

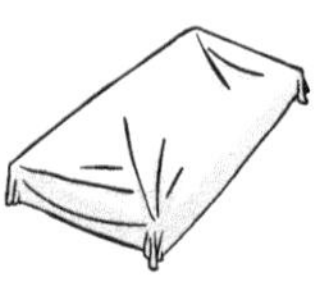

Bettbezug

አንሶላ

Bettdecke

የአልጋ ልብስ

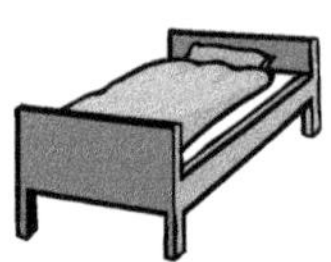

Bett

አልጋ

Besen

መጥረጊያ

Kübel

ባልዲ

Schalter

ማብሪያና ማጥፊያ

Wohnzimmer

ሳሎን

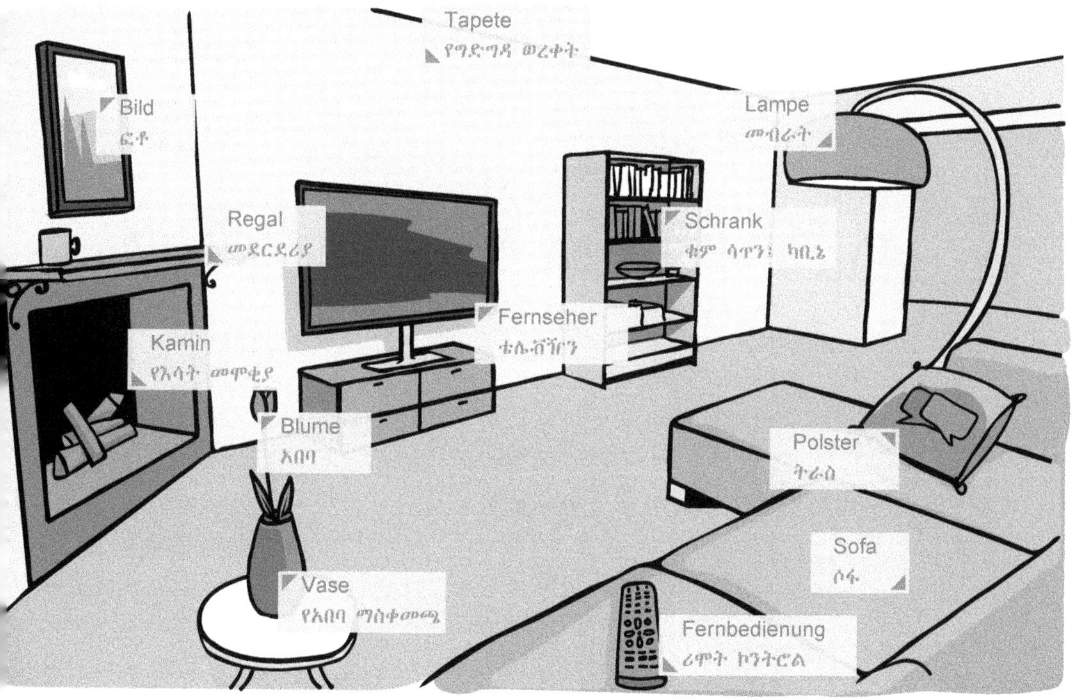

Tapete
የግድግዳ ወረቀት

Bild
ፎቶ

Lampe
መብራት

Regal
መደርደሪያ

Schrank
ቁም ሳጥን፤ ካቢኔ

Fernseher
ቴሌቭዥን

Kamin
የእሳት መሞቂያ

Blume
አበባ

Polster
ትራስ

Sofa
ሶፋ

Vase
የአበባ ማስቀመጫ

Fernbedienung
ሪሞት ኮንትሮል

Teppich
ንጣፍ

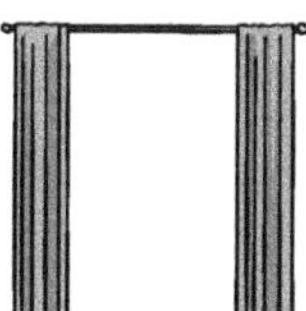

Vorhang
መጋረጃ

Tisch
ጠረጴዛ

Sessel
ወንበር

Schaukelstuhl
ተወዛዋዥ ወንበር

Sessel
ባለመደገፊያ ወንበር

Buch

መጽሐፍ

Decke

ብርድ ልብስ

Dekoration

ጌጥ

Feuerholz

ማገዶ

Film

ፊልም

Stereoanlage

የሙዚቃ መጫወቻ መሣሪያዎች

Schlüssel

ቁልፍ

Zeitung

ጋዜጣ

Gemälde

ስዕል

Poster

የተለጠፈ ማስታወቂያ እንደ ስዕል

Radio

ራዲዮ

Notizblock

ማስታወሻ ደብተር

Staubsauger

የአየር ማፅጃ ለምንጣፍ

Kaktus

ቁልቋል

Kerze

ሻማ

Küche

ማድቤት

Kühlschrank
ማቀዝቀዣ
Mikrowelle
ማ ክሮዌቭ ምግብ
ማብሰያ
Küchenwaage
የኩሽና መመዘኛ
ሚዛን
Toaster
ቦ መጥበሻ
Reinigungsmittel
ንፁህ ማድረጊያ
Backofen
ምድጃ
Gefrierfach
ማቀዝቀዣ
Abfallkübel
የቆሻሻ
ማጠራቀሚያ
Geschirrspüler
እቃ ማጠቢያ

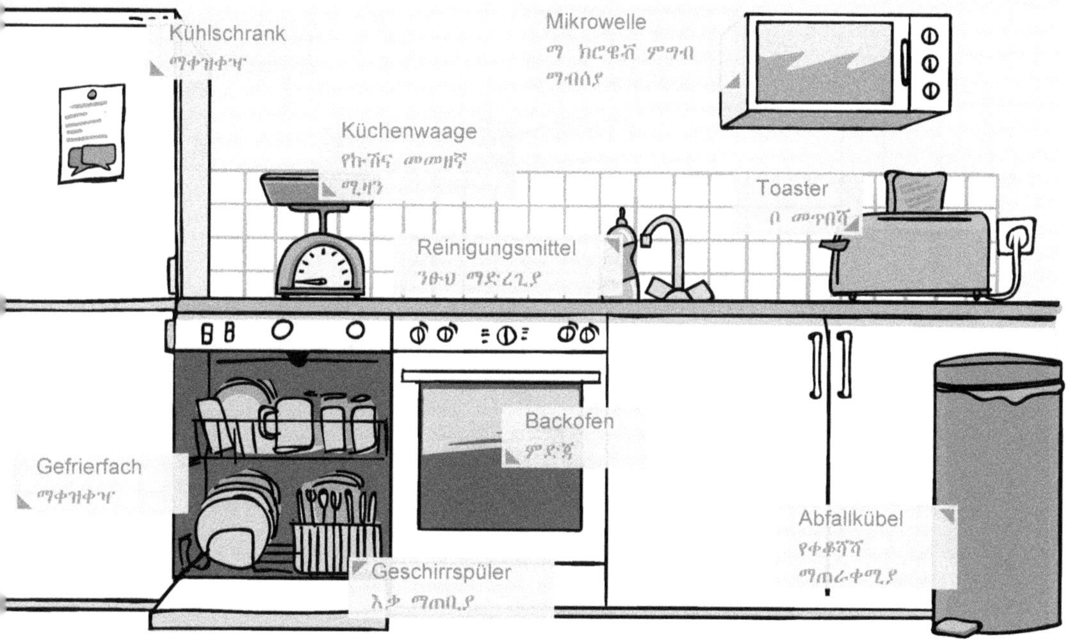

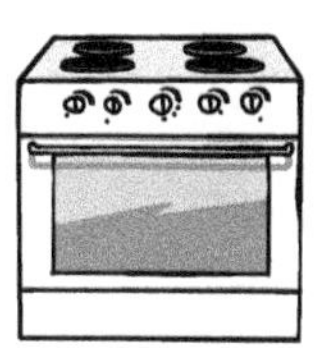

Herd

ምግብ አብሳ

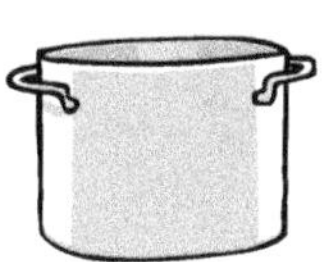

Topf

ማሰሮ

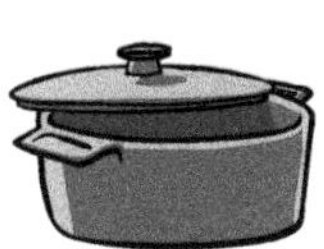

Eisentopf

የብረት ማሰሮ

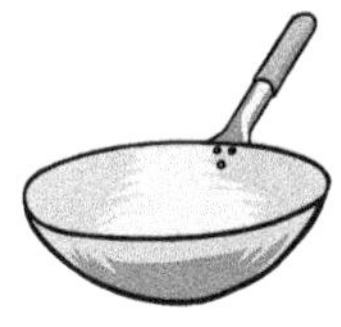

Wok / Kadai

ምግብ ማብሰያ ዝ ግ ድስት

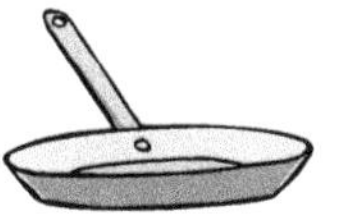

Pfanne

የምግብ መጥበሻ

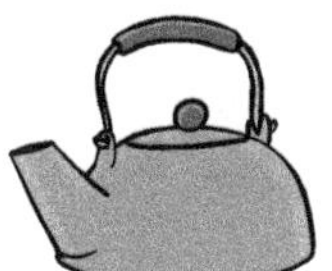

Wasserkocher

ማንቆ ቆ ያ

Dampfgarer

የእንፋሎት ማብሰያ

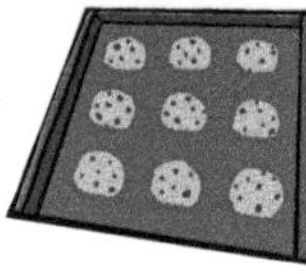

Backblech

የመጋገሪያ ትሪ

Geschirr

ሰብሰቦች

Becher

ትልቅ ኩባያ

Schale

ጎድጓዳ ሳህን

Essstäbchen

ቾፕስቲክስ

Schöpflöffel

ጭልፋ

Pfannenwender

መሰቅሰቂያ ዝርግ ማንኪያ

Schneebesen

ማደባለቂያ

Kochsieb

መወጠሪያ

Sieb

ወንፊት

Reibe

መፈርፈሪያ መሳሪያ

Mörser

ሲሚንቶ

Grill

የፍም ጥብስ

Kaminfeuer

የተለቀቀ እሳት

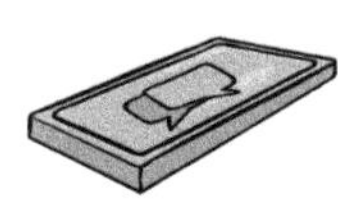

Schneidebrett

....

መክተፊያ

Nudelholz

....

ተንሸራታች መርፌ

Korkenzieher

....

የጠርሙስ መክፈቻ

Dose

....

ጣሳ

Dosenöffner

....

የጣሳ መክፈቻ

Topflappen

....

የማሰሮ መሸፈኛ

Waschbecken

....

ሳህን ማጠቢያ

Bürste

....

ብሩሽ

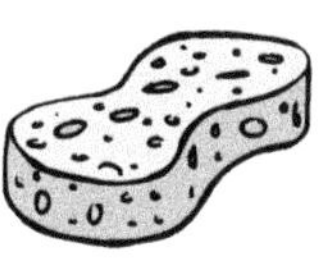

Schwamm

....

ስፖንጅ

Mixer

....

መደባለቂያ መሳሪያ

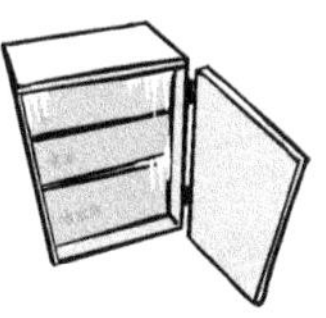

Gefriertruhe

....

በጣም ማቀዝቀዣ

Babyflasche

....

ጡጦ

Wasserhahn

....

ቧንቧ

Badezimmer

መታጠቢያ ቤት

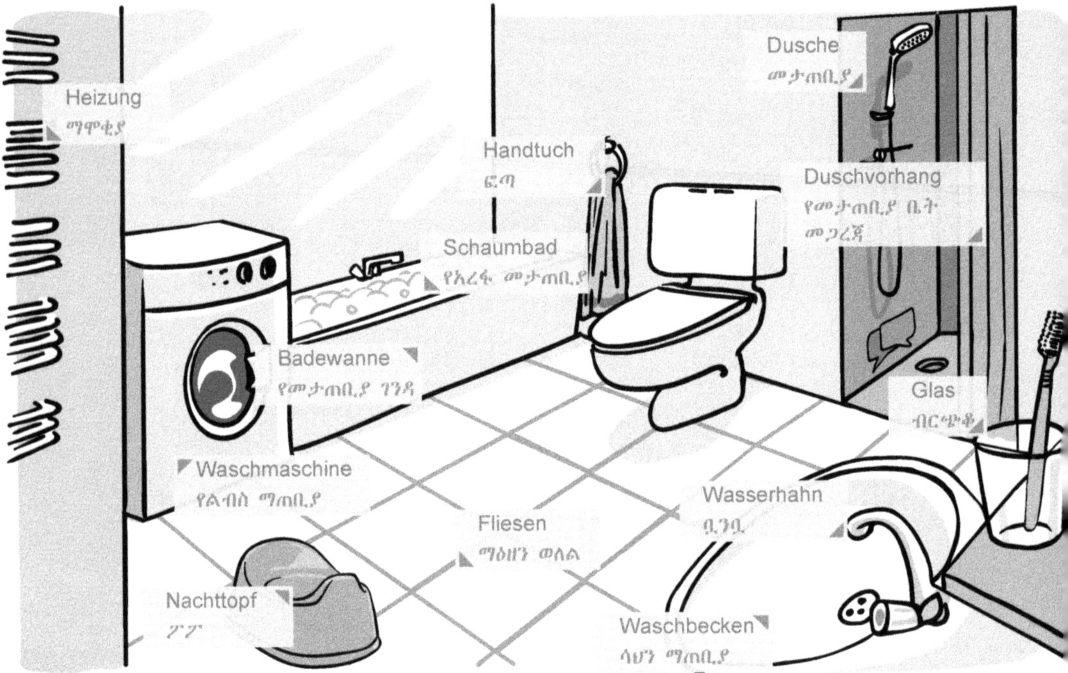

Dusche
መታጠቢያ
Heizung
ማሞቂያ
Handtuch
ፎጣ
Duschvorhang
የመታጠቢያ ቤት መጋረጃ
Schaumbad
የአረፋ መታጠቢያ
Badewanne
የመታጠቢያ ገንዳ
Glas
ብርጭቆ
Waschmaschine
የልብስ ማጠቢያ
Wasserhahn
ቧንቧ
Fliesen
ማዕዘን ወለል
Nachttopf
ፖፖ
Waschbecken
ሳህን ማጠቢያ

Klo

ሽንት ቤት

Hocktoilette

የሽንት ቤት መቀመጫ

Bidet

ሳፋ

Pissoir

የመንገድ ዳር መሽኛ

Klopapier

የሽንት ቤት ወረቀት

Klobürste

የሽንት ቤት ማፅጃ ብሩሽ

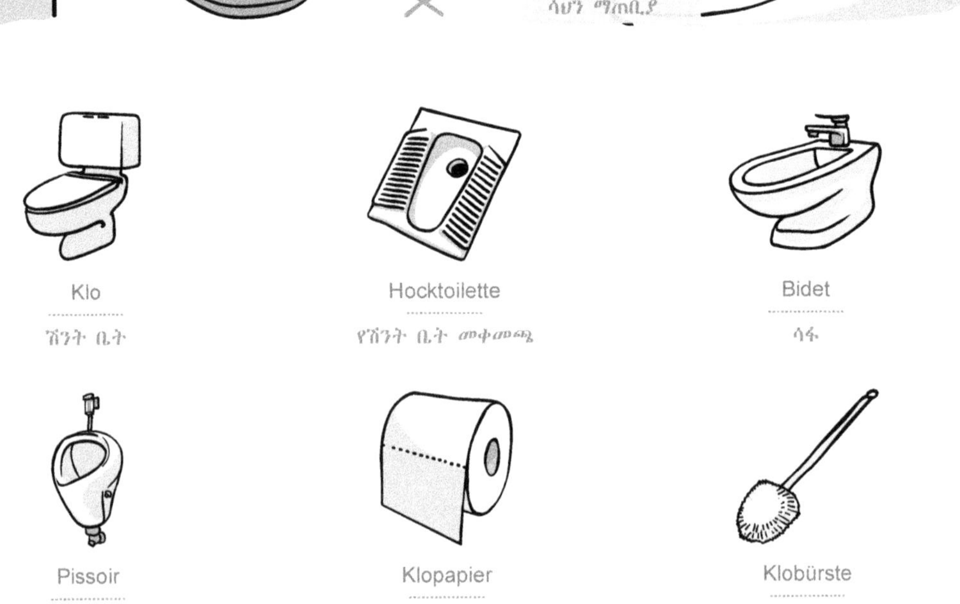

Zahnbürste

....

የጥርስ ብሩሽ

Zahnpasta

....

የጥርስ ሳሙና

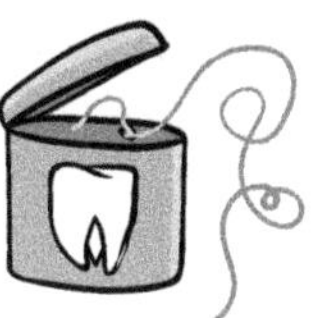

Zahnseide

....

የጥርስ ማፅጃ ክር

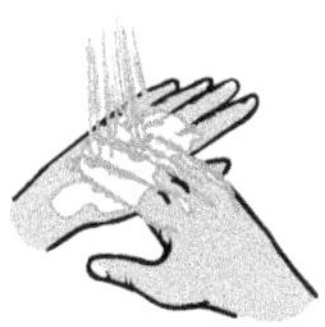

waschen

....

መታጠብ

Handbrause

....

የእጅ መታጠቢያ

Intimdusche

....

መታጠቢያ

Waschschüssel

....

ጎድጓዳ ሳህን

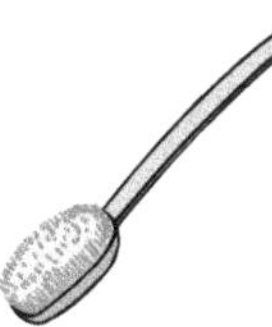

Rückenbürste

....

የጀርባ ብሩሽ

Seife

....

ሳሙና

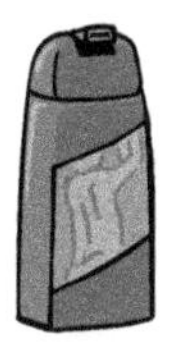

Duschgel

....

የመታጠቢያ የሚዝለገለግ ሳሙና

Shampoo

....

የፀጉር መታጠቢያ ሳሙና

Waschlappen

....

ለስላሳ ጨርቅ

Abfluss

....

ፍሳሽ

Creme

....

ክሬም

Deodorant

....

ጠረን መቀየሪያ ንጥረ ነገር

Spiegel

ስታወት

Kosmetikspiegel

የእጅ ስታወት

Rasierer

ምላጭ

Rasierschaum

የ ላጫ አረፋ

Rasierwasser

ከ ላጩት በኋላ የሚቀባ ሽቱ

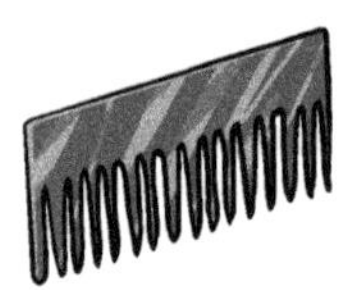

Kamm

ማበጠሪያ

Bürste

ብሩሽ

Föhn

የፀጉር ማድረቂያ

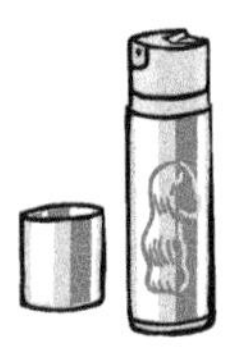

Haarspray

በፀጉር ላይ የሚነፋ

Makeup

የፊት ቀባቢያ

Lippenstift

የከንፈር ቀለም

Nagellack

የ ፍር ቀለም

Watte

የ ሱፍ

Nagelschere

ፍር ቁረጫ

Parfum

ሽቶ

Kulturbeutel

ማጠቢያ ባልዲ

Hocker

መቀመጫ

Waage

ሚዛን

Bademantel

የመታጠቢያ ልብስ

Gummihandschuhe

የላስቲክ ጓንት

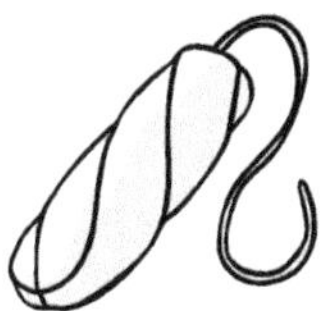

Tampon

ሞዴስ

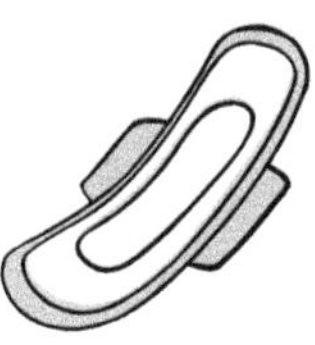

Damenbinde

የፅዳት ፎጣ

Chemietoilette

የሽንት ቤት ኬሚካል

Kinderzimmer

የልጅ ክፍል

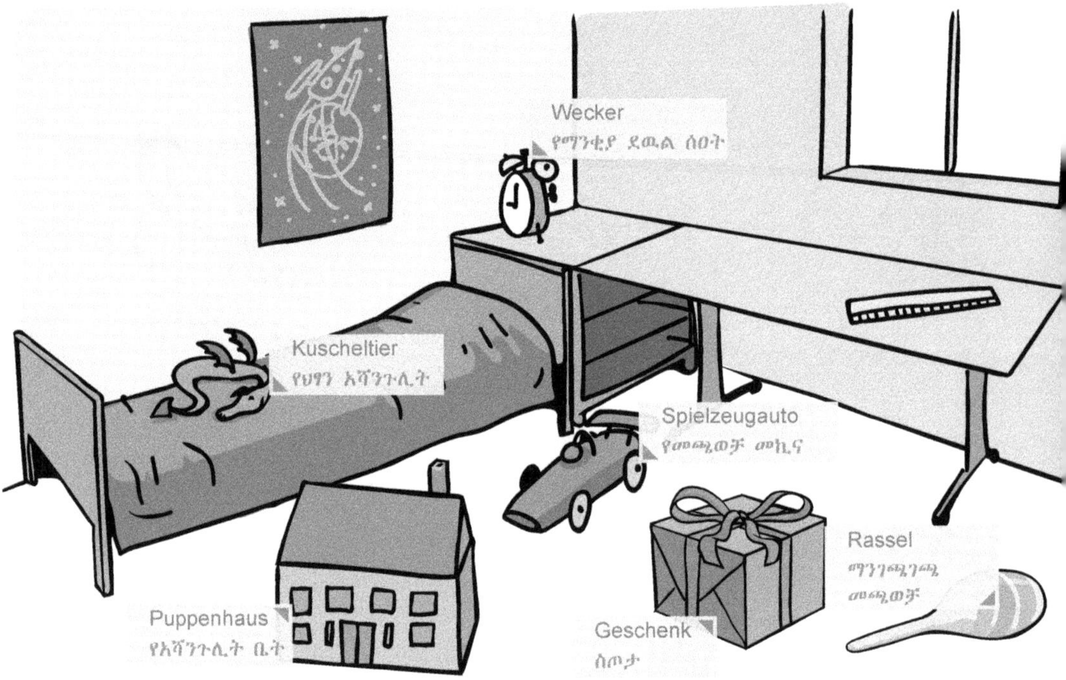

Wecker
የማንቂያ ደዉል ሰዐት

Kuscheltier
የህፃን አሻንጉሊት

Spielzeugauto
የመጫወቻ መኪና

Rassel
ማንገጫገጫ
መጫወቻ

Puppenhaus
የአሻንጉሊት ቤት

Geschenk
ስጦታ

Ballon

ፊኛ

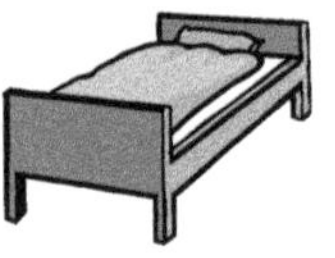

Bett

አልጋ

Kinderwagen

የህፃን ማንሸራሸሪያ ጋሪ

Kartenspiel

የካርታ መጫወቻ

Puzzle

ቁርጥራጭ ምስሎችን የማገጣጠም
እና ምስል የማግኘት ጨዋታ

Comic

አዝናኝ

Legosteine

ተገጣጣሚ መጫወቻ

Bausteine

የመጫወቻ መገጣጠሚያዎች

Actionfigur

የድርጊት ምስል

Strampelanzug

የህፃን እድገት

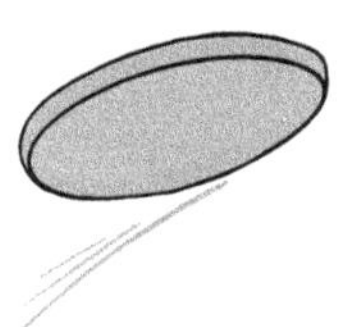

Frisbee

የፕላስቲክ መጫወቻ ዝርግ ሰሀን

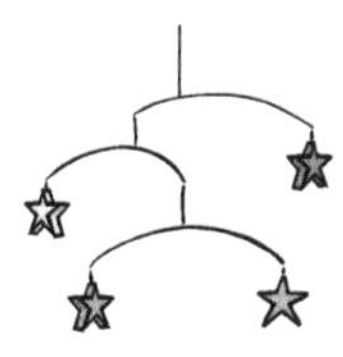

Mobile

ተወዛዋዥ የህፃን ማጫወቻ

Brettspiel

የሰሌዳ ጨዋታ

Würfel

የመጫወቻ ጠጠር

Modelleisenbahn

የመጫወቻ ባቡር

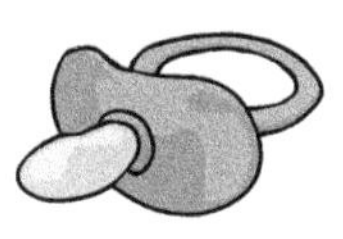

Schnuller

የእንጀራ እናት ጡጦ

Party

ድግስ

Bilderbuch

የስ ል መፅሀፍ

Ball

ኳስ

Puppe

አሻንጉሊት

spielen

መጫወት

Sandkasten

የአሸዋ መጫወቻ

Schaukel

ዥዋዥዌ

Spielzeug

መጫወቻዎች

Spielkonsole

የቪዲዮ መጫወቻ

Dreirad

ባለ ሶስት ጎማ ብስክሌት

Teddy

የአሻንጉሊት ድብ

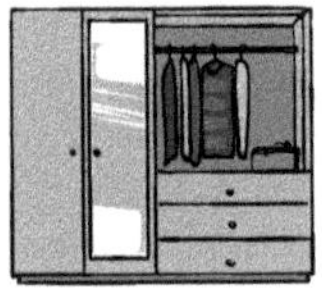

Kleiderschrank

ቁምሳጥን

Kleidung

አልባሳት

Socken

ካልሲዎች

Strümpfe

ስቶኪንጎች

Strumpfhose

ታይት

Schal
የአንገት ልብስ
Regenschirm
ዣንጥላ
Gürtel
ቀበቶ
T-Shirt
ከናቴራ
Stiefel
ቦቲ
Hausschuhe
የቤት ዉስጥ ነጠላ ጫማ
Turnschuhe
ስኒከሮች
Sandalen
ነጠላ ጫማዎች
Schuhe
ጫማዎች
Gummistiefel
የዝናብ ቡትስ
Unterhose
ሙታንታ
Büstenhalter
ጡት መያዣ
Unterhemd
ሰደርያ

Body

....

ሰዉነት

Hose

....

ሱሪዎች

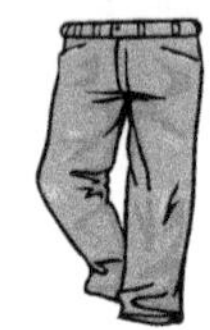

Jeans

....

ጅንስ

Rock

....

ጉርድ ቀሚስ

Bluse

....

ሸሚዝ

Hemd

....

ሸሚዝ

Pullover

....

የሚጠለቅ ሹራብ

Kapuzenpullover

....

ሹራብ

Blazer

....

ዩኒፎርም ጃኬት

Jacke

....

ጃኬት

Mantel

....

ኮት

Regenmantel

....

የዝ ብ ኮት

Kostüm

....

ብስ

Kleid

....

ቀሚስ

Hochzeitskleid

....

የሙሽራ ቀሚስ

Anzug

ፍ

Nachthemd

የለሊት ልብስ

Pyjama

የለሊት ልብስ

Sari

ጅም ቀሚስ

Kopftuch

ጃብ

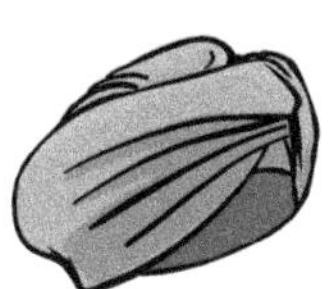

Turban

ጥምጣም

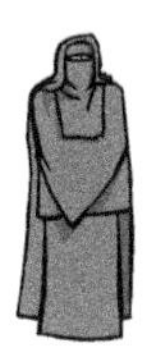

Burka

ርቃ

Kaftan

ሽርጥ

Abaya

አባያ

Badeanzug

የዋና ልብስ

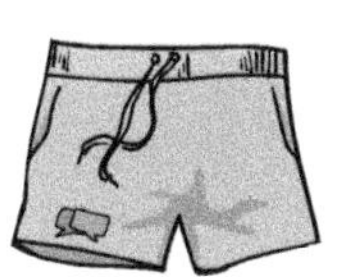

Badehose

አጭር ቁምጣ

kurze Hose

ቁምጣዎች

Jogginganzug

የስራ ቱታ

Schürze

ሽርጥ

Handschuhe

ጓንት

Knopf

ቁልፍ

Brille

መነፅር

Armband

አምባር

Halskette

የአንገት ሀብል

Ring

ቀለበት

Ohrring

የጆሮ ጌጥ

Mütze

ኮፍያ

Kleiderbügel

የኮት መስቀያ

Hut

ኮፍያ

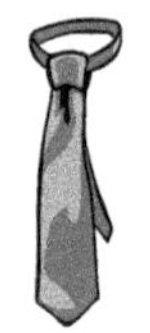

Krawatte

ከረቫት

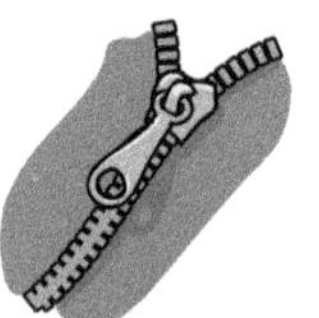

Reißverschluss

ዚፕ

Helm

የብረት ቆብ

Hosenträger

መደገፊያ

Schuluniform

የትምህርት ቤት የደንብ ልብስ

Uniform

የደንብ ልብስ

Lätzchen

መሃረብ

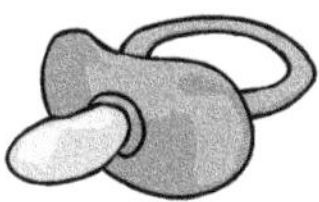

Schnuller

የእንጀራ እናት ጡጦ

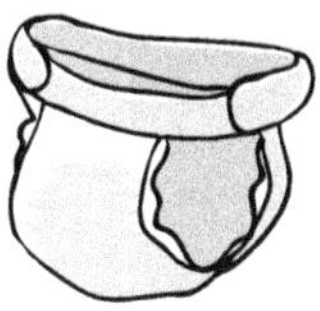

Windel

ሽንት ጨርቅ

Büro

ቢሮ

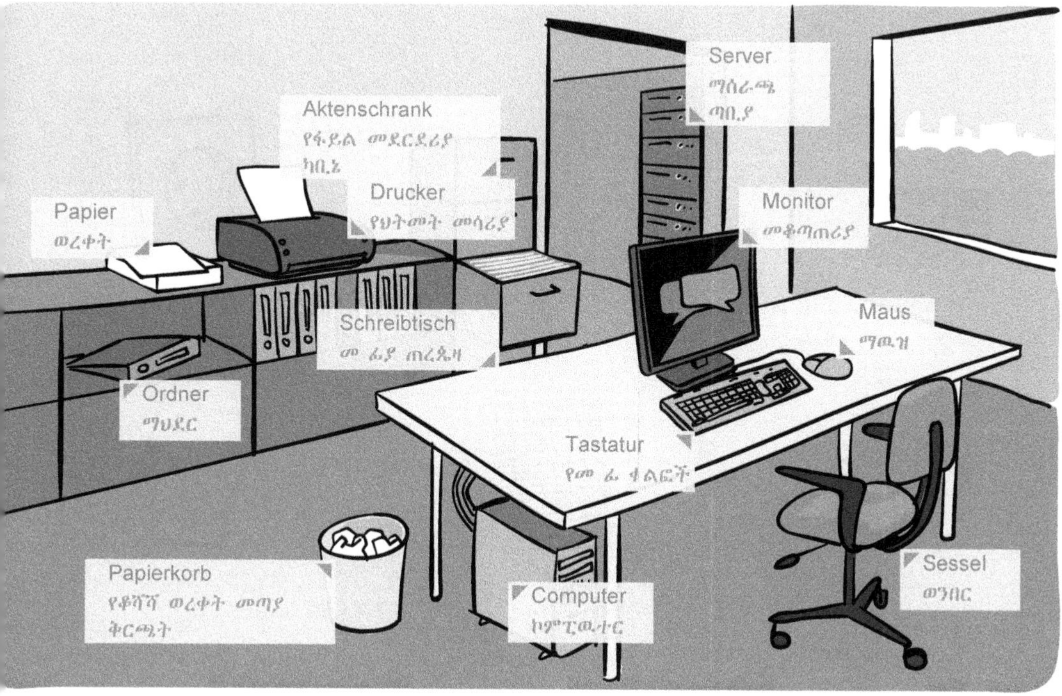

Aktenschrank
የፋይል መደርደሪያ ካቢኔ

Server
ማስራጫ ጣቢያ

Papier
ወረቀት

Drucker
የህትመት መሳሪያ

Monitor
መቆጣጠሪያ

Schreibtisch
መ ፊያ ጠረጴዛ

Maus
ማጢዝ

Ordner
ማህደር

Tastatur
የመ ፊ ቁልፎች

Papierkorb
የቆሻሻ ወረቀት መጣያ ቅርጫት

Computer
ኮምፒዉተር

Sessel
ወንበር

Kaffeebecher

የቡና መጠጫ ትልቅ ኩባያ

Taschenrechner

ማስሊያ ማሽን

Internet

ኢንተርኔት

Laptop

ላፕቶፕ

Brief

ደብዳቤ

Nachricht

መልዕክት

Handy

ተንቀሳቃሽ ስልክ

Netzwerk

የግንኙነት አዉታር

Kopierer

ማባዣ ማሽን

Software

ሶፍትዌር

Telefon

ስልክ

Steckdose

የግድግዳ ሶኬት

Fax

የፋክስ ማሽን

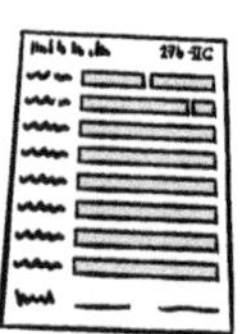

Formular

ቅፅ

Dokument

ሰነድ

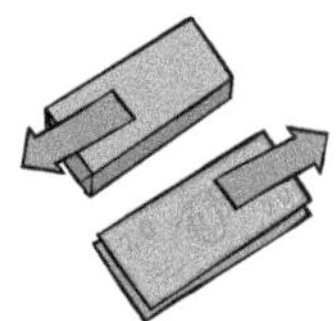

kaufen

መግዛት

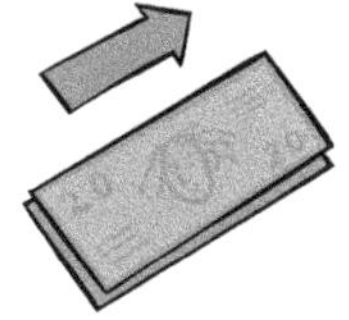

bezahlen

መክፈል

handeln

መነገድ

Geld

ገንዘብ

Dollar

ዶላር

Euro

ዩሮ

Yen

የን

Rubel

ሩብል

Franken

የስዊዝ ፍራንክ

Renminbi Yuan

ሬንሚንቢ ዩዋን

Rupie

ሩጲ

Bankomat

የገንዘብ ነጥብ

Wechselstube

የውጭ ገንዘብ ምንዛሪ ቢሮ

Gold

ወርቅ

Silber

ብር

Öl

ዘይት

Energie

ሀይል፣ ጉልበት

Preis

ዋጋ

Vertrag

ግንኙነት

Steuer

ቀረጥ

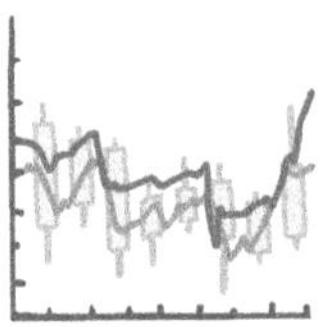

Aktie

አክስዮን

arbeiten

መስራት

Angestellte

ተቀጣሪ

Arbeitgeber

ቀጣሪ

Fabrik

ፋብሪካ

Geschäft

ሱቅ

Berufe

የስራ ሙያዎች

Polizist
የ ሊስ ዛኝ

Feuerwehrmann
የእሳት ደጋ ሰራተኛ

Koch
ምግብ ብሳይ

Ärztin
ክተር

Pilot
ብራሪ

Gärtner
ትክልተኛ

Tischler
ናጢ

Schneiderin
ልብስ ሰ ሴት

Richter
ኛ

Chemikerin
ቀማሚ

Schauspieler
ተዋናይ

Busfahrer

....

የአውቶቢስ ሹፌር

Taxifahrer

....

የታክሲ ሹፌር

Fischer

....

አሳ አጥማጅ

Putzfrau

....

ፅዳት ሰራተኛ

Dachdecker

....

የጣራ ሰራተኛ

Kellner

....

አስተናጋጅ

Jäger

....

አዳኝ

Maler

....

ሰዓሊ

Bäcker

....

ጋጋሪ

Elektriker

....

የኤሌትሪክ ሰራተኛ

Bauarbeiter

....

ገምቢ

Ingenieur

....

መሃሃዲስ

Schlachter

....

ልኳንዳ

Installateur

....

የቧንቧ ሰራተኛ

Briefträgerin

....

የፖስታ ሰራተኛ

Soldat

ወታደር

Architekt

መሃንዲስ

Kassiererin

የሒሳብ ሰራተኛ

Blumenhändlerin

አበባ ሻጭ

Friseur

የፀጉር ሰራተኛ

Schaffner

ቲኬት ቆራጭ

Mechaniker

መካኒክ

Kapitän

ካፒቴን

Zahnärztin

የጥርስ ሐኪም

Wissenschaftler

ተመራማሪ

Rabbi

መምህር

Imam

የሙስሊም ሃይማኖታዊ መሪ

Mönch

መነኩሴ

Pfarrer

ካህን

Werkzeuge

መሳሪያዎች

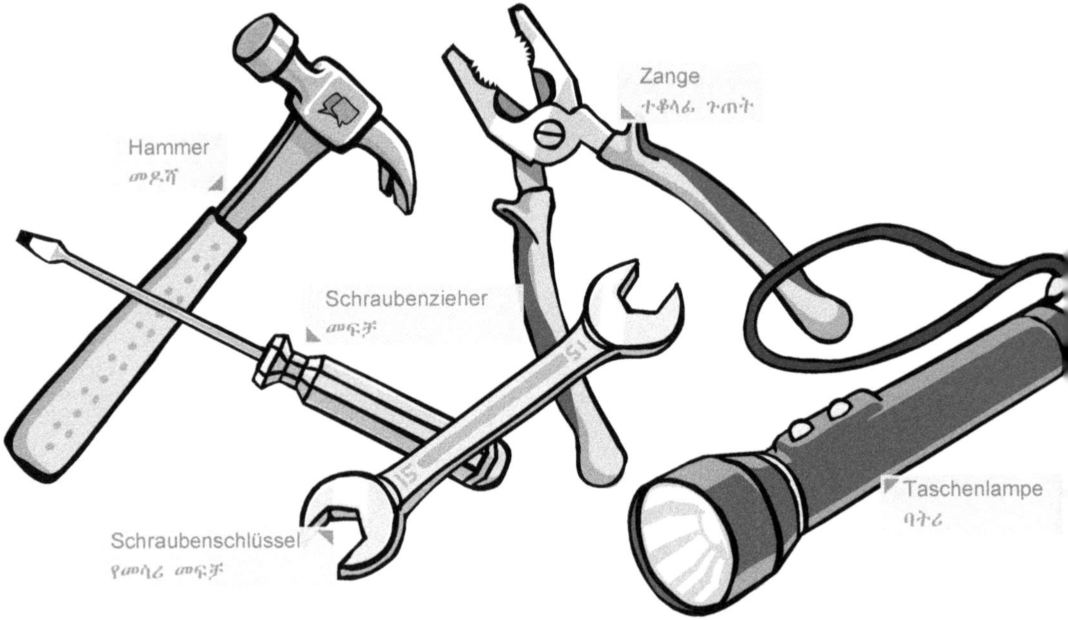

Zange
ተቆላፊ ጉጠት

Hammer
መዶሻ

Schraubenzieher
መፍቻ

Taschenlampe
ባትሪ

Schraubenschlüssel
የመሳሪ መፍቻ

Bagger

በቁፋሮ የሚዝቅ

Werkzeugkasten

የመፍቻ ሳጥን

Leiter

መሰላል

Säge

መጋዝ

Nägel

ምስማር

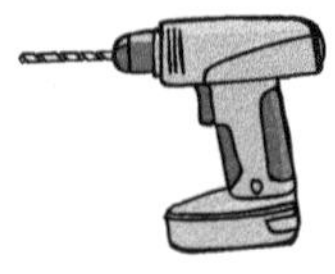

Bohrer

መሰርሰሪያ

reparieren

መጠገን

Schaufel

አካፋ

Scheiße!

የተረገመ!

Kehrschaufel

ቆሻሻ ማፈሻ

Farbtopf

የቀለም ቆርቆሮ

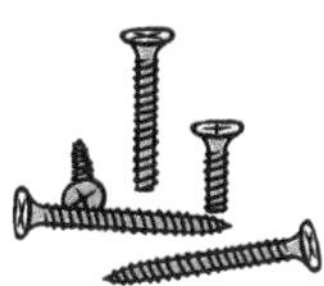

Schrauben

ብሎን

Musikinstrumente

የሙዚቃ መሳሪያዎች

Lautsprecher
የድምፅ ማጉያ መሳርያ

Schlagzeug
የከበሮ መሳሪያዎች

Gitarre
ክራር መሰል የሙዚቃ መሳሪያ

Kontrabass
ድርብ ቤዝ ጊታር

Trompete
የትንፋሽ ሙዚቃ መሳሪያ

Klavier

ፒያኖ

Violine

ቫዮሊን

Bass

ወፍራም፣ ጎርናና ድምፅ ያለዉ ክራር መሰል ሙዚቃ መሳሪያ

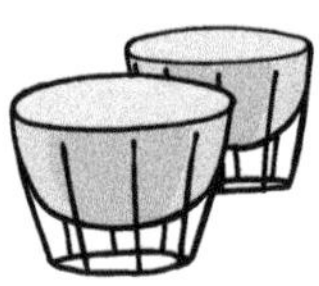

Pauke

ነጋሪት

Trommeln

ከበሮ

Tastatur

በኤሌክትሪክ የሚሰራ ፒኖ

Saxophon

የትንፋሽ ሙዚቃ መሳሪያ

Flöte

ዋሽንት

Mikrofon

የድምፅ ማጉያ

Zoo

የዱር እንስሳት ማቆያ

Tiger
ነብር

Eingang
መግቢያ

Käfig
ሳጥን

Zebra
የሜዳ አህያ

Tierfutter
የእንስሳ ምግብ

Panda
ትልቅ ድብ

Tiere

እንስሳቶች

Elefant

ዝሆን

Känguru

ካንጋሮ

Nashorn

አዉራሪስ

Gorilla

ትልቅ ዝን ሮ

Bär

ድብ

Kamel

ግመል

Strauß

ሰጎን

Löwe

አንበሳ

Affe

ጦጣ

Flamingo

ቅልጥመ ረዥም ወፍ

Papagei

በቀቀን

Eisbär

የወዋልታ ድብ

Pinguin

የዋልታ ወፎች

Hai

ረጅም ጥርሶች ያሉትአሳ ነባሪ

Pfau

ጣዎስ

Schlange

እባብ

Krokodil

አዞ

Zoowärter

የዱር አራዊት የሚጠበቁበት ማቆያን የሚጠብቅ

Robbe

አሳ በሊታ የባህር እንስሳ

Jaguar

የዱር ድመት

Pony

ድንክ ፈረስ

Leopard

ነብር

Nilpferd

ጉማሬ

Giraffe

ቀጭኔ

Adler

ንስር

Wildschwein

ከርከሮ

Fisch

አሳ

Schildkröte

የባህር ኤሊ

Walross

የባህር አዉሬ

Fuchs

ቀበሮ

Gazelle

የሜዳ ፍየል፣ ሚዳቋ

Sport

የስፖርት አይነቶች

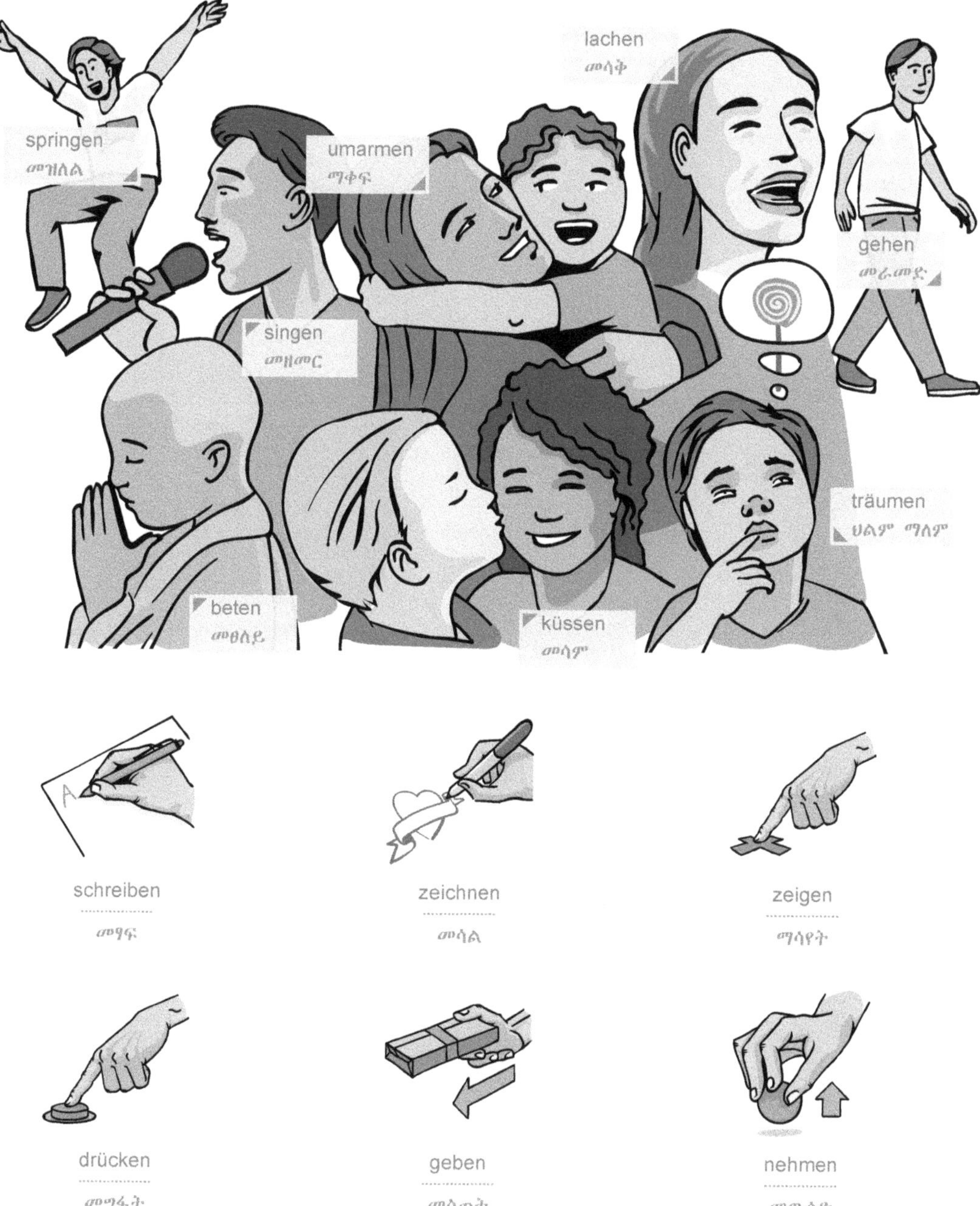
lachen
መሳቅ
springen
መዝለል
umarmen
ማቀፍ
gehen
መራመድ
singen
መዘመር
träumen
ህልም ማለም
beten
መፀለይ
küssen
መሳም
schreiben
መፃፍ
zeichnen
መሳል
zeigen
ማሳየት
drücken
መግፋት
geben
መስጠት
nehmen
መዉሰድ

haben

መያዝ

machen

ማድረግ

sein

መሆን

stehen

መቆም

laufen

መሮጥ

ziehen

መሳብ

werfen

መወርወር

fallen

መዉደቅ

liegen

መዋሸት

warten

መጠበቅ

tragen

መሸከም

sitzen

መቀመጥ

anziehen

መልበስ

schlafen

መተኛት

aufwachen

መንቃት

ansehen

መመልከት

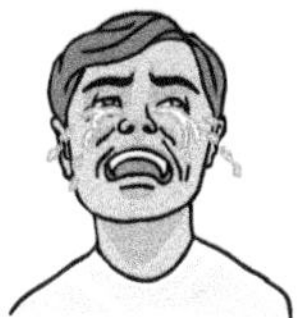

weinen

ማለልቀስ

streicheln

መጫር

frisieren

ማበጠር

reden

ማዉራት

verstehen

መረዳት

fragen

ጥያቄ

hören

ማዳመጥ

trinken

መጠጣት

essen

መብላት

zusammenräumen

ማንፃት

lieben

ማፍቀር

kochen

ምግብ ማብሰል

fahren

መንዳት

fliegen

መብረር

segeln

መርከብ መንዳት

rechnen

ቁጥሮችን ማስላት

lesen

ማንበብ

lernen

መማር

arbeiten

መስራት

heiraten

ማግባት

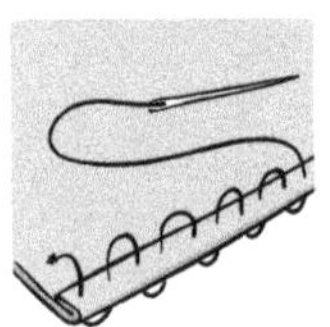

nähen

መስፋት

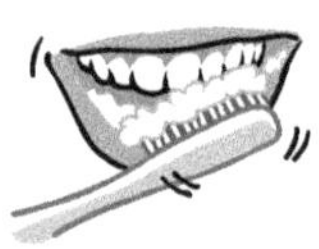

Zähne putzen

ጥርስ መቦረሽ

töten

መግደል

rauchen

ማጨስ

senden

መላክ

Familie

ቤተሰብ

Großmutter
የሴት አያት

Großvater
የወንድ አያት

Vater
አባት

Mutter
እናት

Baby
ፃን

Tochter
ሴት ጅ

Sohn
ወንድ ጅ

Gast

እንግዳ

Tante

አክስት

Onkel

አጎት

Bruder

ወንድም

Schwester

እ ት

Körper

አካል

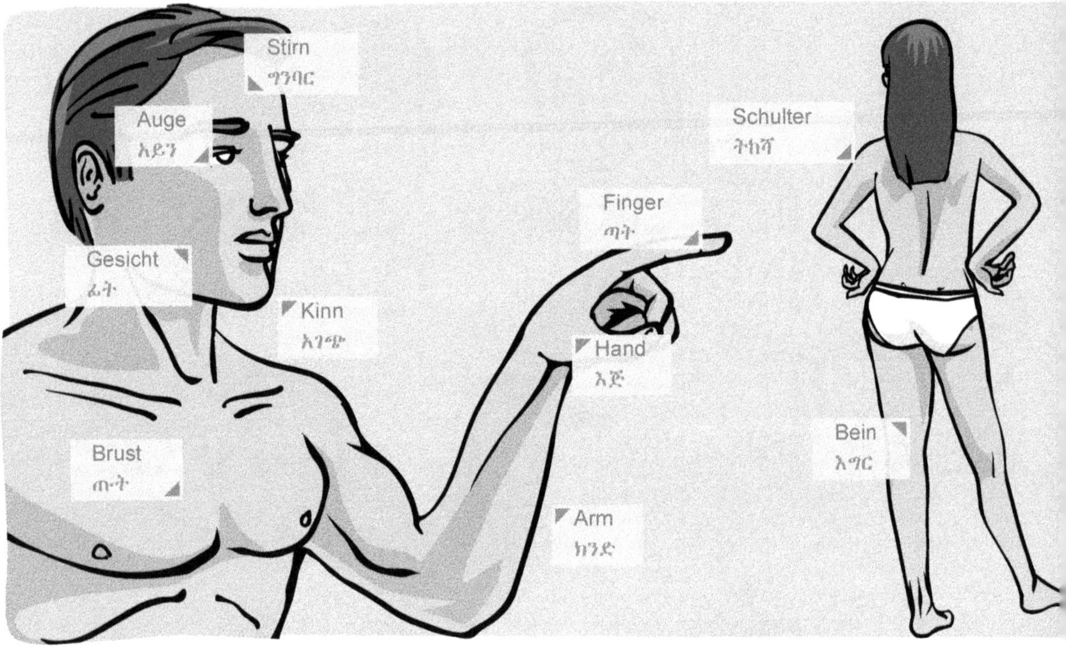

Stirn
ግንባር

Auge
አይን

Gesicht
ፊት

Kinn
አገጭ

Finger
ጣት

Hand
እጅ

Brust
ጡት

Arm
ክንድ

Schulter
ትከሻ

Bein
እግር

Baby

ህፃን

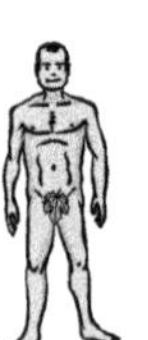

Mann

ሰዉ

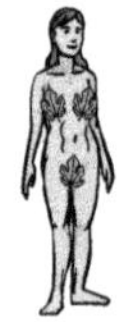

Frau

ሴት

Mädchen

ልጃገረድ

Junge

ወንድ ልጅ

Kopf

ራስ

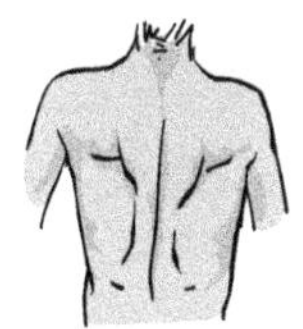

Rücken

ጀርባ

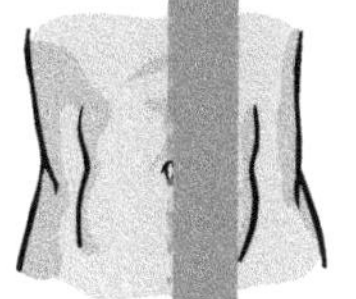

Ba

ሆ

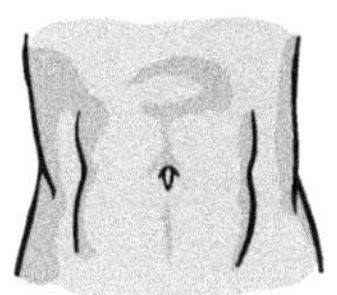

Nabel

እምብርት

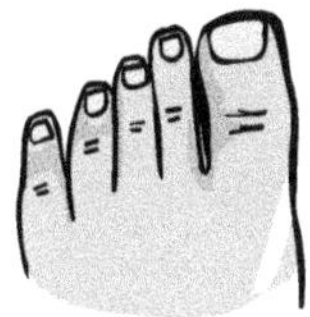

Zeh

የእግር ጣት

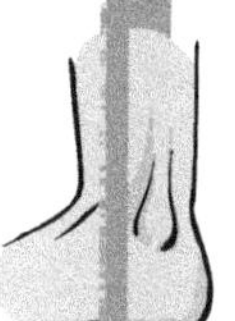

Fe

ተረ

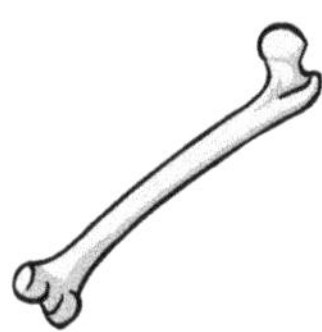

Knochen

አጥንት

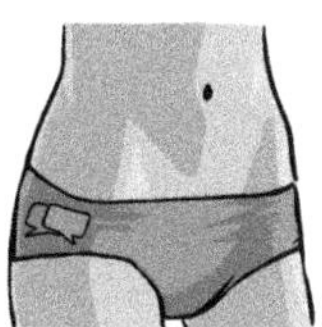

Hüfte

ዳሌ

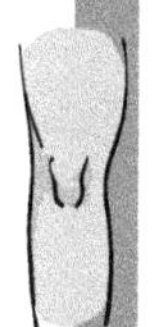

Kn

ጉል

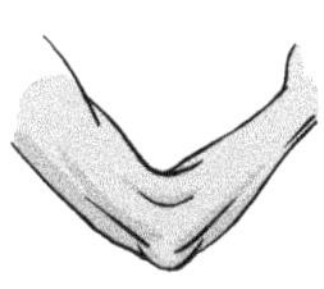

Ellbogen

ክርን

Nase

አፍንጫ

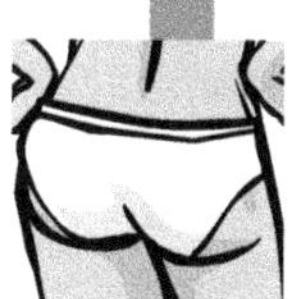

Ges

ቂ

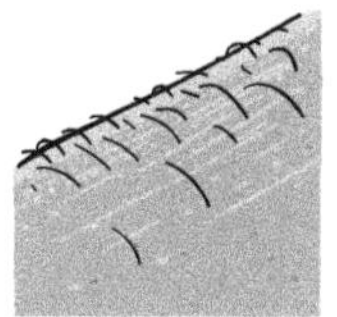

Haut

ቆዳ

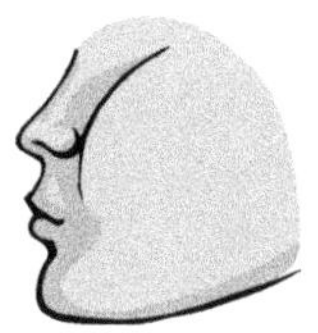

Wange

ጉንጭ

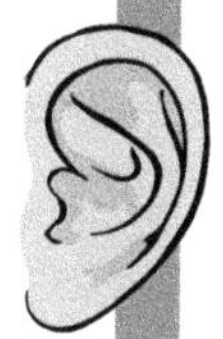

O

ጆ

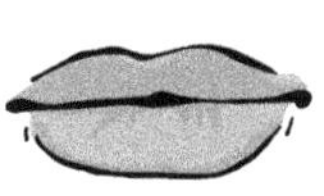

Lippe

ከንፈር

Mund

አፍ

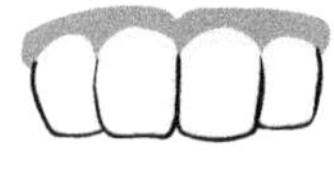

Zahn

ጥርስ

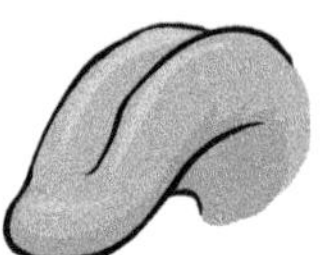

Zunge

ምላስ

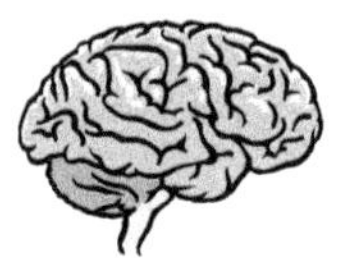

Gehirn

አንጎል

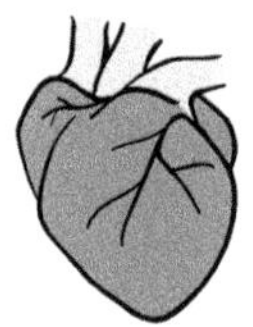

Herz

ልብ

Muskel

ንቻ

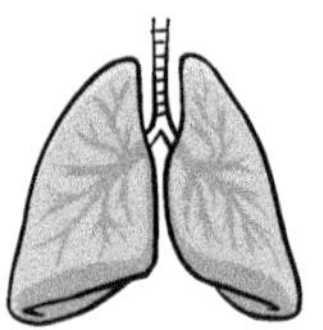

Lunge

ሳምባ

Leber

በት

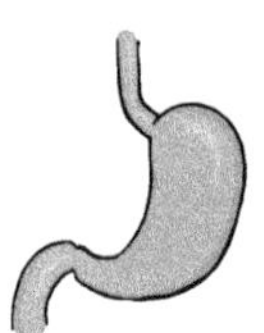

Magen

ሆድ

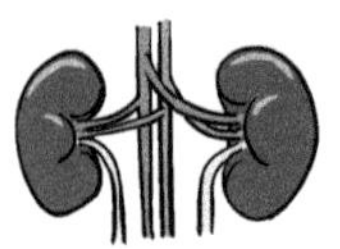

Nieren

ኩላሊቶች

Geschlechtsverkehr

የግብረስጋ ግንኙነት

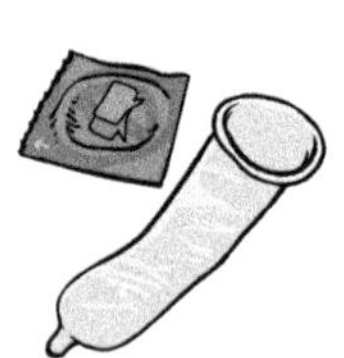

Kondom

ንዶም

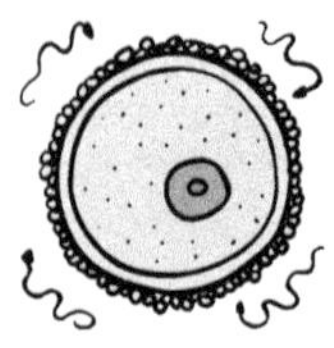

Eizelle

የሴት እንቁላል

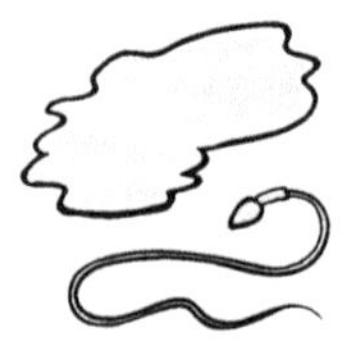

Sperma

የ ር ፈሳሽ

Schwangerschaft

እርግ ና

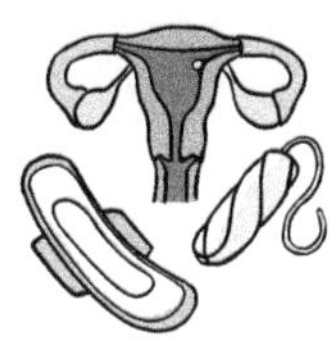

Menstruation

የወር አበባ

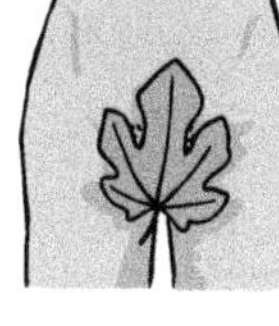

Vagina

ምስ

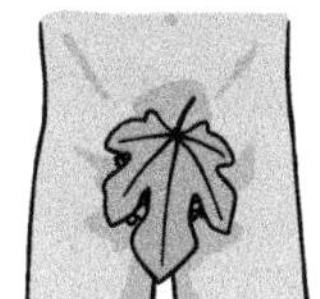

Penis

ቁላ

Augenbraue

ንድብ

Haar

ጉር

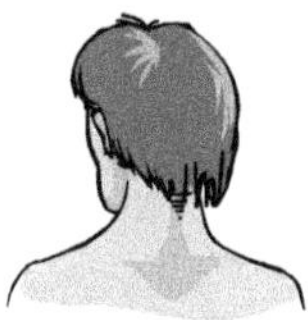

Hals

አንገት

Spital
ሆስፒታል

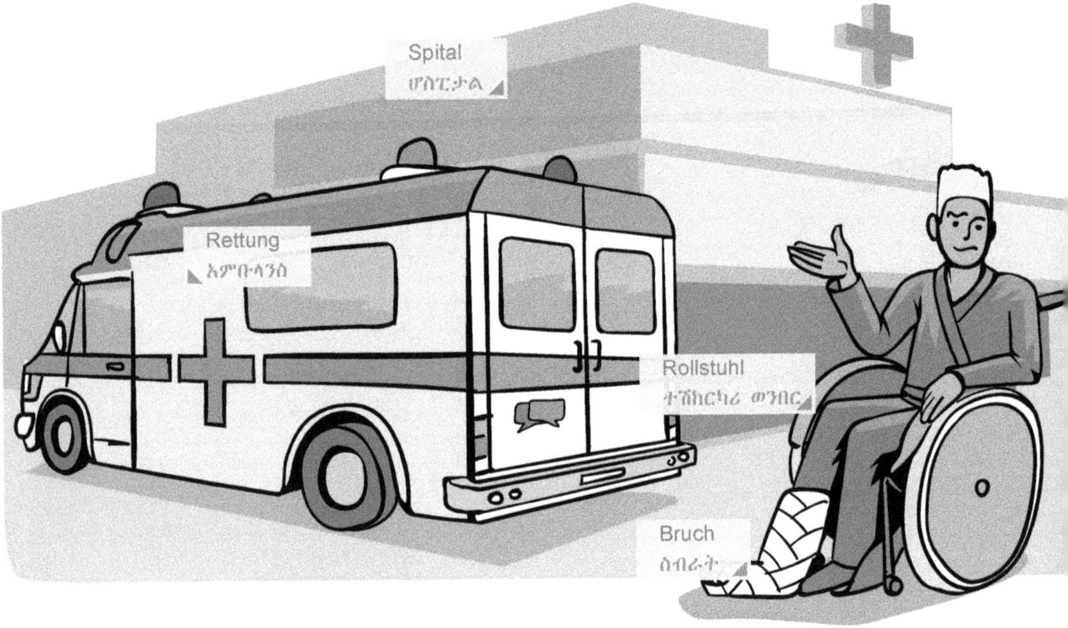

Spital
ሆስፒታል

Rettung
አምቡላንስ

Rollstuhl
ተሽከርካሪ ወንበር

Bruch
ስብራት

Ärztin

ዶክተር

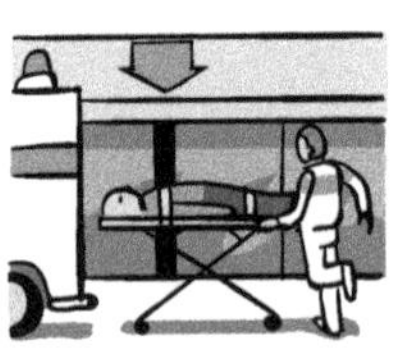
Notaufnahme

ድንገተኛ ክፍል

Krankenschwester

ነርስ

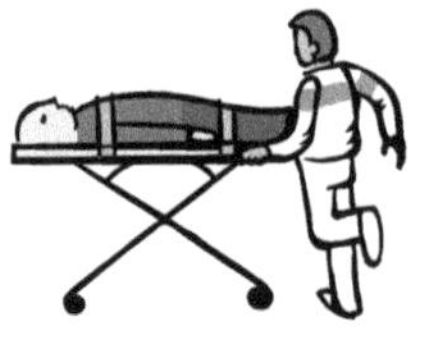
Notfall

ድንገተኛ

ohnmächtig

ራስን መሳት/ አለማወቅ

Schmerz

ህመም

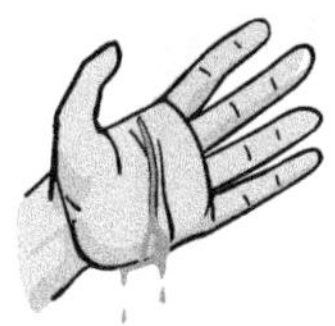

Verletzung

ጉዳት

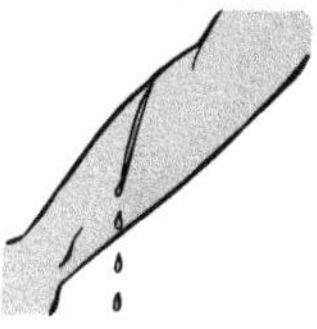

Blutung

መድማት

Herzinfarkt

የልብ ድካም

Schlaganfall

ስትሮክ

Allergie

አለርጂ

Husten

ሳል

Fieber

ትኩሳት

Grippe

ኢንፍሎዌንዛ

Durchfall

ተቅማጥ

Kopfschmerzen

የራስ ምታት

Krebs

ካንሰር

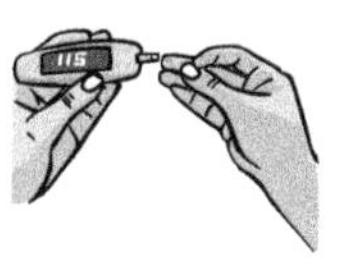

Diabetes

የስኳር በሽታ

Chirurg

ቀዶ ጠጋኝ ሐኪም

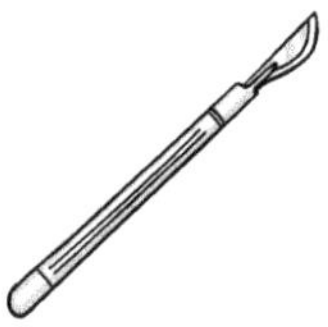

Skalpell

የቀዶ ጥገና ስለት

Operation

ቀዶ ጥገና

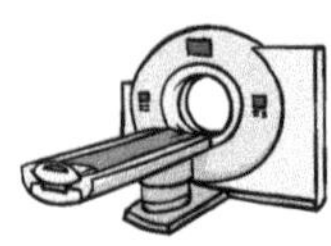

CT

ሲቲ

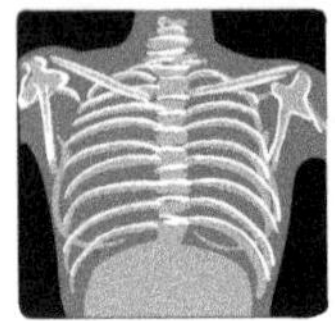

Röntgen

ኤክስሬዩ

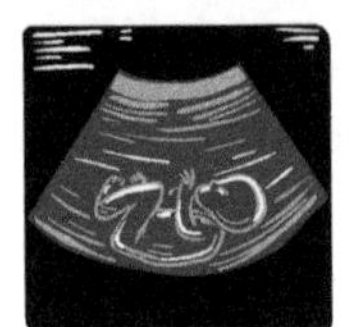

Ultraschall

አልትራሳዉንድ

Maske

የፊት ጭምብል

Krankheit

በሽታ

Wartezimmer

መጠበቂያ ክፍል

Krücke

ምርኩዝ

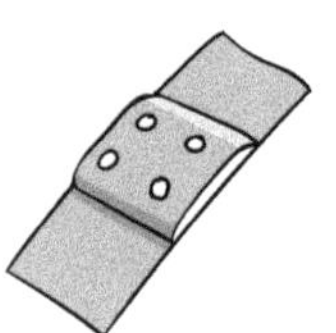

Pflaster

የቁስል ማሸጊያ

Verband

ፋሻ

Injektion

መርፌ

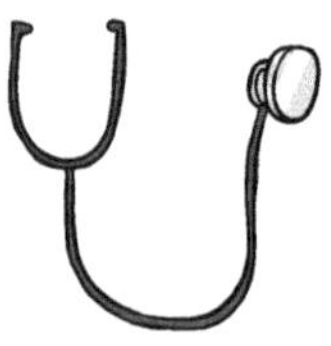

Stethoskop

የልብ ምት ማዳመጫ መሳሪያ

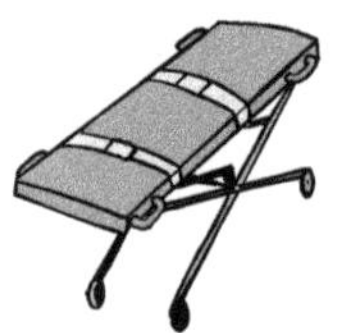

Trage

የበሽተኛ አልጋ

Thermometer

የህክምና ሙቀት መለኪያ መሳሪያ

Geburt

መውለድ

Übergewicht

ክልክ ያለፈ ክብደት

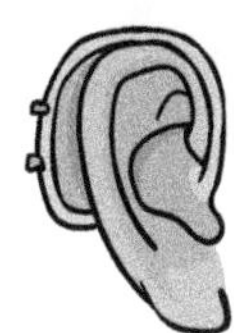

Hörgerät

ለመስማት የሚረዳ መሳሪያ

Desinfektionsmittel

ፀረ ተባይ መድሀኒት

Infektion

ማመርቀዝ

Virus

ቫይረስ

HIV / AIDS

ኤች አይቪ ኤድስ

Medizin

ህክምና

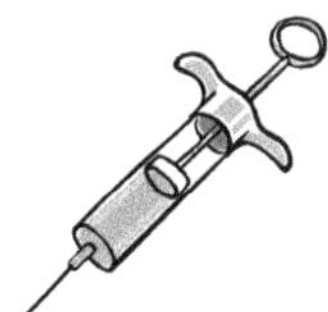

Impfung

ክትባት

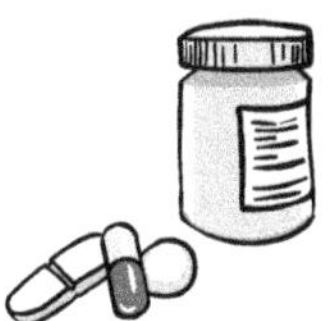

Tabletten

ኪኒን

Pille

ኪኒን

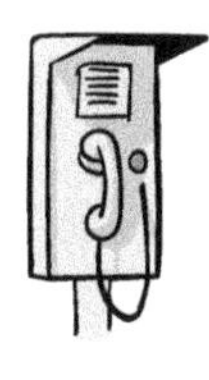

Notruf

አስቸኳይ የስልክ ጥሪ

Blutdruckmesser

ደም ግፊት መቆጣጠሪያ

krank / gesund

ህመም/ ጤንነት

Notfall

ድንገተኛ

Hilfe!

እርዳታ!

Alarm

ማንቂያ ደወል

Überfall

ጥቃት

Angriff

ድብደባ

Gefahr

አደጋ

Notausgang

የድንገተኛ መዉጫ

Feuer!

እሳት!

Feuerlöscher

እሳት ማጥፊያ

Unfall

አደጋ

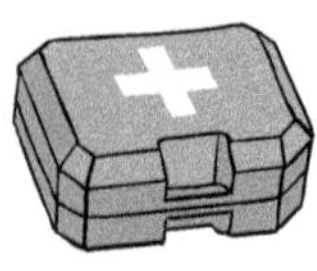

Erste-Hilfe-Koffer

የመጀመሪያ እርዳታ መድሃኒት መያዣ

SOS

ነፍስ አድን

Polizei

ፖሊስ

Erde

ምድር

Europa

አዉሮፓ

Nordamerika

ሰሜን አሜሪካ

Südamerika

ደቡብ አሜሪካ

Afrika

አፍሪካ

Asien

እስያ

Australien

አዉስትራሊያ

Atlantik

አትላንቲክ

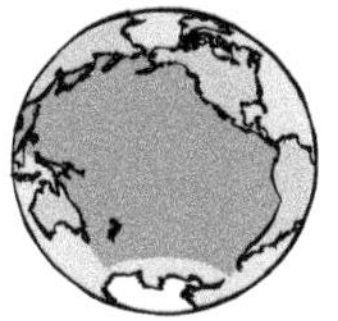

Pazifik

ፓስፊክ

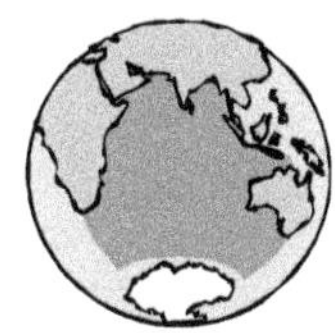

Indische Ozean

የህንድ ዉቅያኖስ

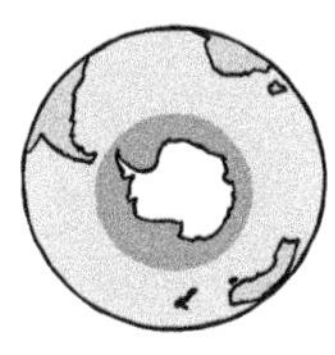

Antarktische Ozean

አንታርክቲክ ዉቅያኖስ

Arktische Ozean

አርክቲክ ዉቅያኖስ

Nordpol

ሰሜን ዋልታ

Südpol

....

ደቡብ ዋልታ

Antarktis

....

አንታርክቲካ

Erde

....

ምድር

Land

....

መሬት

Meer

....

ባህር

Insel

....

ደሴት

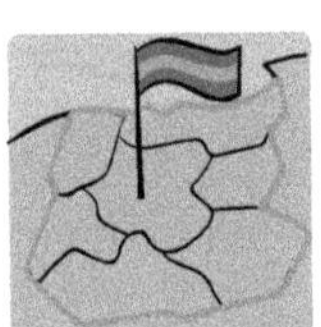

Nation

....

አገርና ህዝብ

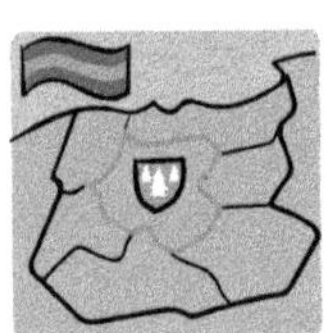

Staat

....

መንግስት

Uhr
ሰዓት

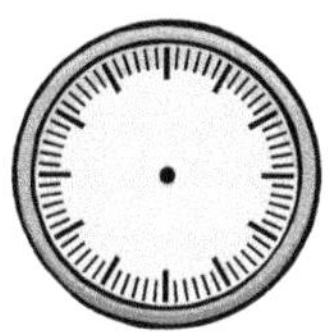
Ziffernblatt
የሰዓት ገፅታ

Stundenzeiger
ሰዓት

Minutenzeiger
ደቂቃ

Sekundenzeiger
ሴኮንድ

Wie spät ist es?
ስንት ሰዓት ነው?

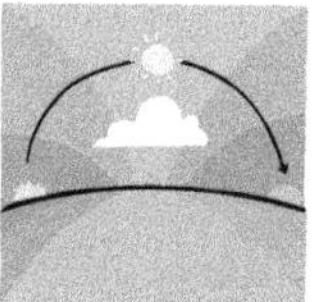
Tag
ቀን

Zeit
ጊዜ

jetzt
አሁን

Digitaluhr
የቁጥር ሰዐት

Minute
ደቂቃ

Stunde
ሰዓታት

Woche

ሳምንት

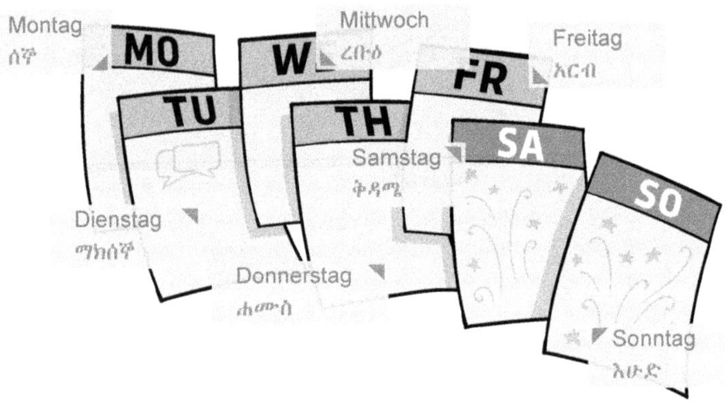

gestern

ትላንት

heute

ዛሬ

morgen

ነገ

Morgen

ማለዳ

Mittag

ቀትር

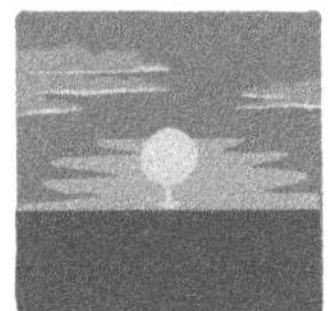

Abend

ምሽት

Arbeitstage

የስራ ቀናት

Wochenende

የዕረፍት ቀናት

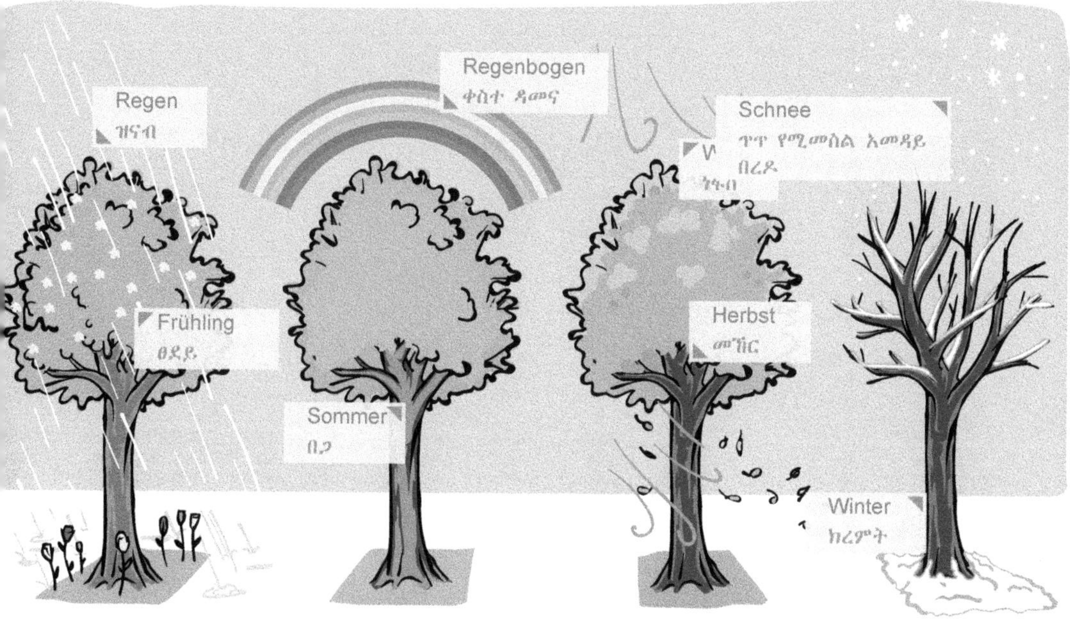

Jahr

ዓመት

Regen
ዝናብ

Regenbogen
ቀስተ ዳመና

Schnee
ጥጥ የሚመስል አመዳይ
በረዶ

Frühling
ፀደይ

Sommer
በጋ

Herbst
መኸር

Winter
ክረምት

Wettervorhersage
የአየር ሁኔታ ትንበያ

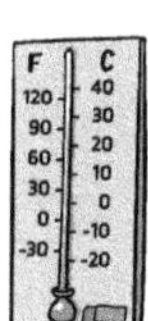

Thermometer
የሙቀት መለኪያ

Sonnenschein
የፀሀይ ሙቀት

Wolke
ደመና

Nebel
ጭጋግ

Luftfeuchtigkeit
እርጥበታማነት

Blitz

....

መብረቅ

Donner

....

ነጎድጓድ

Sturm

....

አዉሎ ንፋስ

Hagel

....

የበረዶ ዝናብ

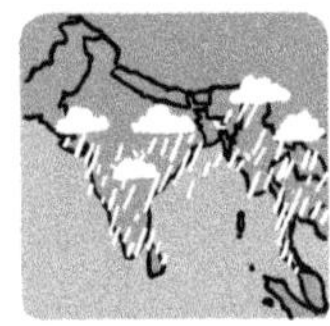

Monsun

....

አዉሎ ንፋስ

Flut

....

ጎርፍ

Eis

....

በረዶ

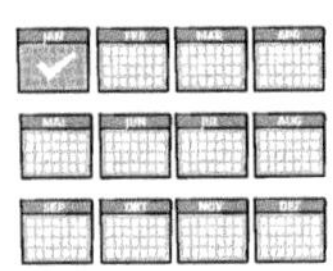

Jänner

....

ጥር

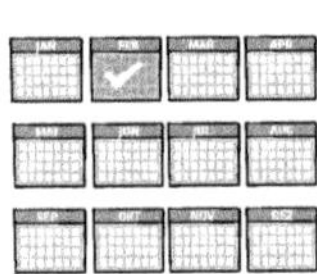

Februar

....

የካቲት

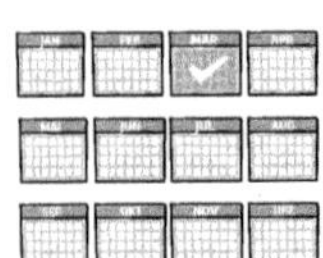

März

....

መጋቢት

April

....

ሚያዚያ

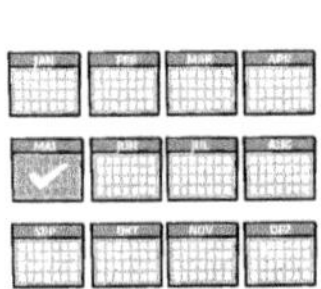

Mai

....

ግንቦት

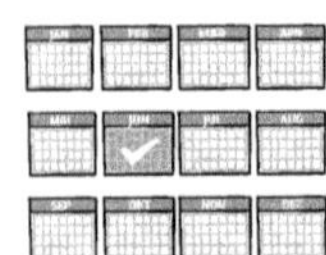

Juni

....

ሰኔ

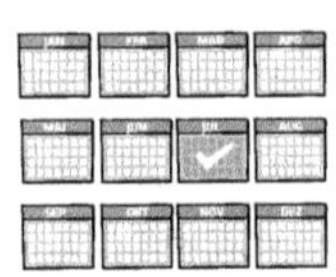

Juli

....

ሐምሌ

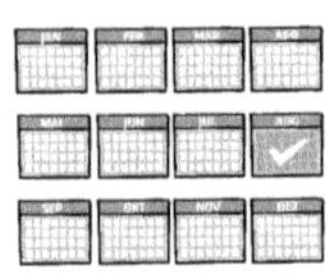

August

....

ነሀሴ

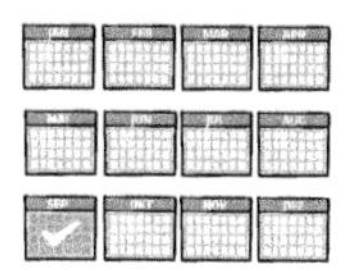

September

መስከረም

Oktober

ጥቅምት

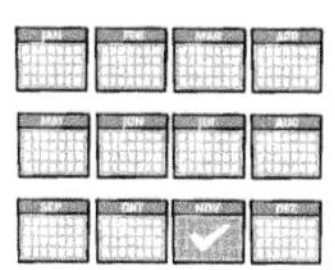

November

ህዳር

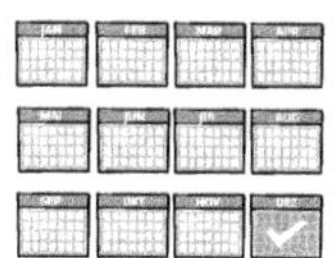

Dezember

ታህሳስ

Formen
ቅርፆች

Kreis

ክብ

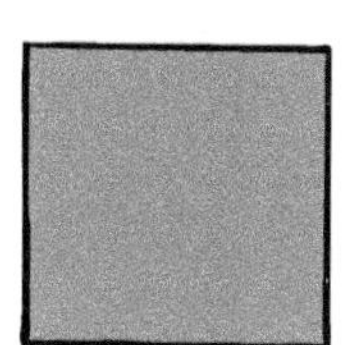

Quadrat

አራት ማዕዘን

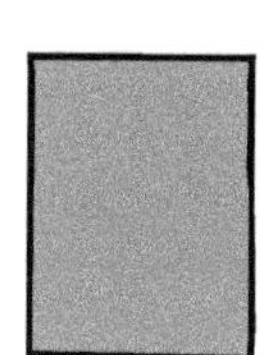

Rechteck

አራት ቀጥተኛ ማዕዘኖች ጎኖች ያሉት ቅርፅ

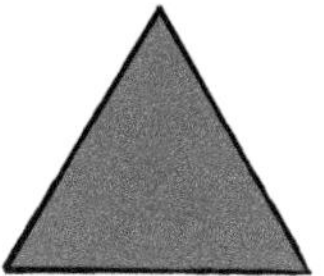

Dreieck

ሶስት ማዕዘን

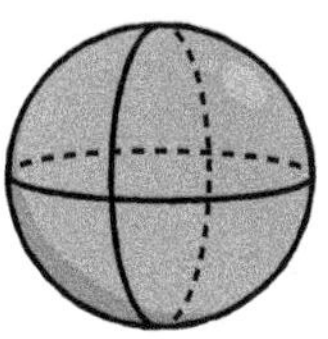

Kugel

ሉል

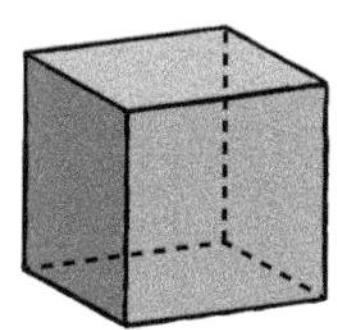

Würfel

ስድስት ጎን ያለዉ ቅርፅ

Farben

ቀለማት

weiß

ነጭ

gelb

ቢጫ

orange

ብርቱካናማ

pink

ሮዝ

rot

ቀይ

lila

ወይን ጠጅ

blau

ሰማያዊ

grün

አረንጓዴ

braun

ቡኒ

grau

ግራጫ

schwarz

ጥቁር

Gegenteile

ተቃራኒዎች

viel / wenig

ብዙ/ ጥቂት

wütend / friedlich

ንዴት/ እርጋታ

hübsch / hässlich

ቆንጆ/ አስቀያሚ

Anfang / Ende

ጅማሬ/ ፍፃሜ

groß / klein

ትልቅ/ ትንሽ

hell / dunkel

ደማቅ/ ደብዛዛ

Bruder / Schwester

ወንድም/ እህት

sauber / schmutzig

ንፁህ/ ቆሻሻ

vollständig / unvollständig

የተሟላ/ ያልተሟላ

Tag / Nacht

ቀን/ ምሽት

tot / lebendig

የሞተ/ ህያዉ

breit / schmal

ሰፊ/ ጠባብ

genießbar / ungenießbar

....

የሚበላ/ የማይበላ

böse / freundlich

....

ክፉ/ ደግ

aufgeregt / gelangweilt

....

ደስተኛ/ ድብርተኛ

dick / dünn

....

ወፍራም/ ቀጭን

zuerst / zuletzt

....

መጀመርያ/ መጨረሻ

Freund / Feind

....

ጓደኛ/ ጠላት

voll / leer

....

ሙሉ/ ጎዶሎ

hart / weich

....

ጠንካራ/ ለስላሳ

schwer / leicht

....

ከባድ/ ቀላል

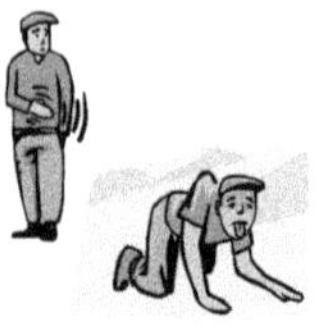

Hunger / Durst

....

ረሃብ/ ጥማት

krank / gesund

....

ህመም/ ጤንነት

illegal / legal

....

ህገወጥ/ ህጋዊ

gescheit / dumm

....

ጎበዝ/ ደደብ

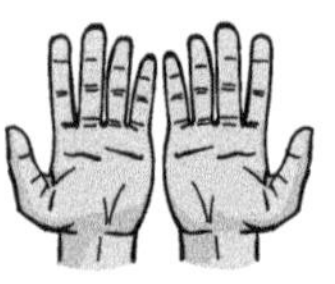

links / rechts

....

ግራ/ ቀኝ

nah / fern

....

ቅርብ/ ሩቅ

neu / gebraucht

....

አዲስ/ አሮጌ

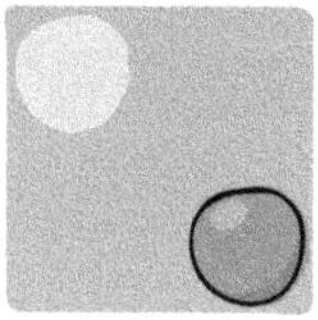

nichts / etwas

....

ምንም/ የሆነ ነገር

alt / jung

....

ሽማግሌ/ ወጣት

an / aus

....

የበራ/ የጠፋ

offen / geschlossen

....

ክፍት/ ዝግ

leise / laut

....

ፀጥታ/ ጫጫታ

reich / arm

....

ሃብታም/ ደሃ

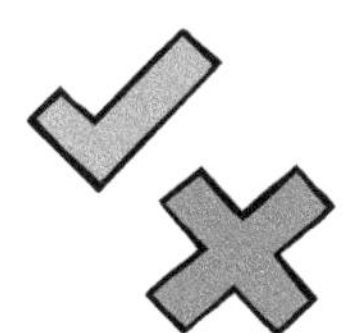

richtig / falsch

....

ትክክለኛ/ የተሳሳተ

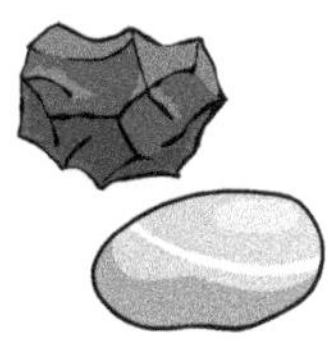

rau / glatt

....

ሻካራ/ ለስላሳ

traurig / glücklich

....

ሐዘን/ ደስታ

kurz / lang

....

አጭር/ ረዥም

langsam / schnell

....

ዝግተኛ/ ፈጣን

nass / trocken

....

እርጥብ/ ደረቅ

warm / kühl

....

ሞቃት/ ቀዝቃዛ

Krieg / Frieden

....

ጦርነት/ ሰላም

Zahlen

ቁጥሮች

null

ዜሮ

1

eins

አንድ

2

zwei

ሁለት

3

drei

ሶስት

4

vier

አራት

5

fünf

አምስት

6

sechs

ስድስት

7

sieben

ሰባት

8

acht

ስምንት

9

neun

ዘጠኝ

10

zehn

አስር

11

elf

አስራ አንድ

12

zwölf

አስራ ሁለት

13

dreizehn

አስራ ሶስት

14

vierzehn

አስራ አራት

15

fünfzehn

አስራ አምስት

16

sechzehn

አስራ ስድስት

17

siebzehn

አስራ ሰባት

18

achtzehn

አስራ ስምንት

19

neunzehn

አስራ ዘጠኝ

20

zwanzig

ሃያ

100

hundert

መቶ

1.000

tausend

ሺህ

1.000.000

Million

ሚሊዮን

Sprachen
ቋንቋዎች

Englisch

እንግሊዝኛ

Amerikanisches Englisch

የአሜሪካ እንግሊዝኛ

Chinesisch (Mandarin)

የቻይና ማንዳሪን

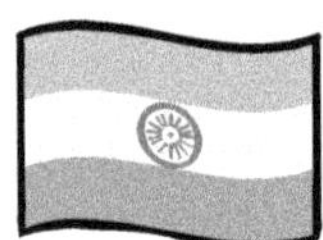

Hindi

ሂንዱ

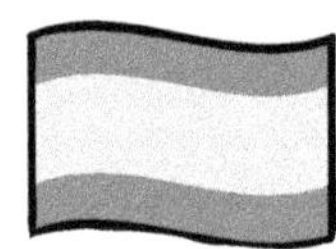

Spanisch

ስፓኒሽ

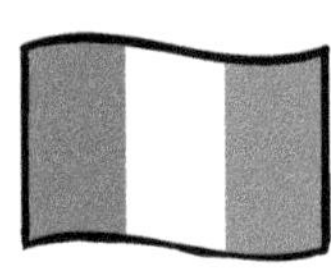

Französisch

ፍሬንች

Arabisch

አረብኛ

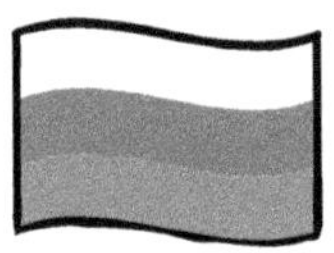

Russisch

ራሺያኛ

Portugiesisch

ፖርቹጊዝ

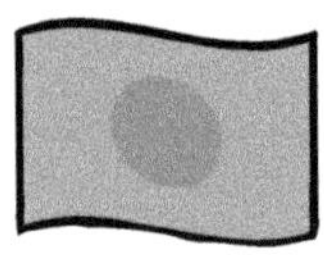

Bengalisch

ቤንጋሊ

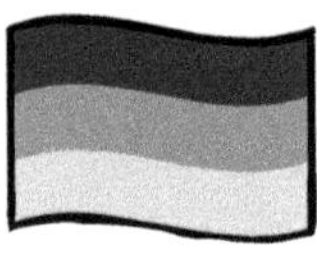

Deutsch

ጀርመን

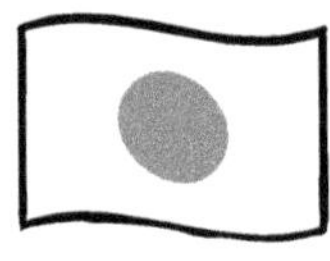

Japanisch

ጃፓንኛ

wer / was / wie

ማን/ ምን/ እንዴት

ich

እኔ

du

አንተ

er / sie / es

እሱ/ እርሷ/ እቃዉ

wir

እኛ

ihr

አንተ

sie

እነርሱ

Wer?

ማን?

Was?

ምን?

Wie?

እንዴት?

Wo?

የት?

Wann?

መቼ?

Name

ስም

wo

የት

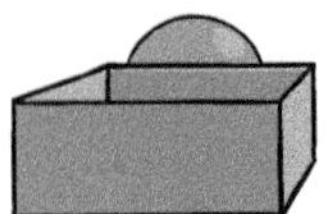

hinter

በስተጀርባ

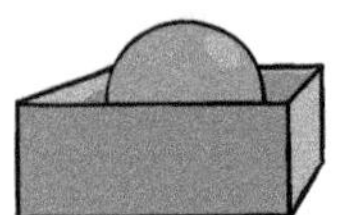

in

ዉስጥ

vor

ከፊት ለፊት

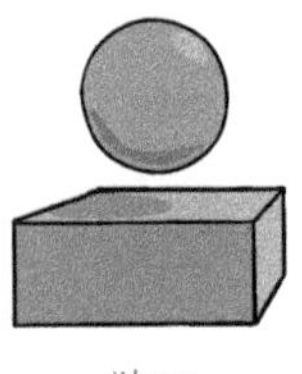

über

ከላይ

auf

ላይ

unter

ከስር

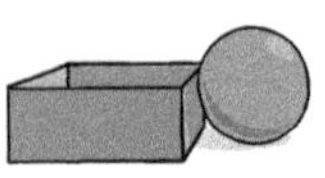

neben

አጠገብ

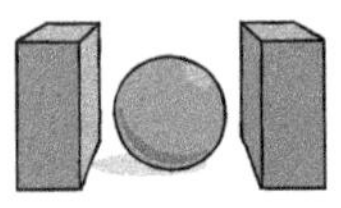

zwischen

መሃከል

Ort

ቦታ